फुटबॉल

नियम व कौशल्ये

डॉ. व्ही. पी. तुजारे

डायमंड पब्लिकेशन्स

फुटबॉल : नियम व कौशल्ये
डॉ. व्ही. पी. तुजारे

Football : Niyam va Kaushalye
Dr. V. P. Tujare

प्रथम आवृत्ती : ऑक्टोबर २०१५

ISBN : 978-81-8483-638-7

© डायमंड पब्लिकेशन्स

मुखपृष्ठ
शाम भालेकर

प्रकाशक
डायमंड पब्लिकेशन्स
२६४/३ शनिवार पेठ, ३०२ अनुग्रह अपार्टमेंट
ओंकारेश्वर मंदिराजवळ, पुणे-४११ ०३०
☎ ०२०-२४४५२३८७, २४४६६६४२
info@diamondbookspune.com

ऑनलाईन पुस्तक खरेदीसाठी भेट द्या
www.diamondbookspune.com

प्रमुख वितरक
डायमंड बुक डेपो
६६१ नारायण पेठ, अप्पा बळवंत चौक
पुणे-४११ ०३० ☎ ०२०-२४४८०६७७

मनोगत

येशुख्रिस्तांचा आशीर्वाद, आई-वडिलांची संस्कारित शिकवण, आजवरच्या माझ्या सर्व शिक्षकांचे अमूल्य मार्गदर्शन व फुटबॉल खेळातील प्रत्यक्ष सहभाग यांद्वारे प्रेरित होऊन हे फुटबॉल विषयीचे पुस्तक लिहिले आहे.

सदर पुस्तक शालेय व महाविद्यालयीन खेळाडूंना अत्यंत उपयुक्त होईल कारण यामध्ये खेळाचा इतिहास, मैदान, नियम, साहित्य व विविध उपयुक्त कौशल्यांविषयी टप्प्या टप्प्यांनी विश्लेषण केले आहे. खेळाडूंची फुटबॉल खेळातील आक्रमक कौशल्ये, बचावात्मक कौशल्ये, चेंडूवरचे नियंत्रण व गोलरक्षकांची विविध कौशल्ये यावर सचित्र स्पष्टीकरण केलेले आहे.

पेनल्टी किकचे नियम, दोषयुक्त खेळ व खेळातील दुराचरण (Fouls and Misconduct) Warmup and Cooldown या संबंधीचे विवेचन केले आहे.

खेळातील कौशल्ये, शास्त्रीय हालचाली समजण्यासाठी चित्रांचा उपयोग केलेला आहे तसेच 'पारिभाषिक शब्द' दिलेले आहेत. पुढील लिखाणासाठी तज्ज्ञ, खेळाडू व अभ्यासू व्यक्तींनी काही सूचना केल्यास त्याचा भविष्यात आवर्जून विचार केला जाईल.

प्रस्तुत पुस्तक लिहिण्याची संधी उपलब्ध करून दिल्याबद्दल डायमंड पब्लिकेशन्सचे मा. श्री. दत्तात्रेय पाष्टे यांचा मी आभारी आहे. खडकी शिक्षण संस्थेचे सर्व पदाधिकारी, आमच्या महाविद्यालयाचे प्राचार्य डॉ. ए. एस. मोकाशी, लायब्ररीयन प्रा. ए. के. चव्हाण, प्राध्यापक, शिक्षक व शिक्षकेतर कर्मचारी, सावित्रीबाई फुले, पुणे विद्यापीठाच्या शारीरिक शिक्षण विभागाचे अधिष्ठाता डॉ.दीपक माने या सर्वांच्या सहकार्य व प्रोत्साहनाबद्दल आभारी आहे.

माझी पत्नी साधना, मुली किरण, कोमल व डायमंड पब्लिकेशन्समधील सर्व सहकारी या सर्वांच्या सहकार्याबद्दल मन:पूर्वक आभार.

डॉ. व्ही. पी. तुजारे

डॉ. व्ही. पी. तुजारे

लेखक–परिचय

- एम.एड.(फिजिकल एज्युकेशन), एम.एड., पीएच.डी. (शारीरीक शिक्षण).
- टिकाराम जगन्नाथ महाविद्यालय खडकी, पुणे–४११००३ येथे शारीरिक शिक्षण संचालक म्हणून कार्यरत.
- पुणे विद्यापीठ अंतर्गत फुटबॉल व क्रिकेट स्पर्धांमध्ये सहभाग.
- द फुटबॉल असोसिएशन (The Football Association) आयोजित फाउंडेशन लेव्हल इंटरनॅशनल कोचिंग इंडिया कोर्स पूर्ण.
- सर्टिफिकेट कोर्स इन फुटबॉल–स्पोर्ट्स अ‍ॅथॉरिटी ऑफ इंडिया, नेताजी सुभाष नॅशनल इन्स्टिट्यूट ऑफ स्पोर्ट्स कोलकाता येथून पूर्ण केला.
- पीएच. डी. चा विषय – Psycho Physiological fitness and skill profiles of collegiate football players in Pune University.
- पुणे विद्यापीठाच्या 'शारीरिक शिक्षण व क्रीडाशास्त्र' या बोर्ड ऑफ स्टडीज्वर अध्यक्ष म्हणून कार्य केले.
- टिकाराम जगन्नाथ महाविद्यालयात गेली २९ वर्षे शारीरिक शिक्षण संचालक म्हणून कार्यरत.
- या कालावधीत १६० महाविद्यालयीन खेळाडूंना मार्गदर्शनाद्वारे ऑल इंडिया इंटर युनिव्हर्सिटी, राज्य व राष्ट्रीय स्तरावर फुटबॉल व इतर खेळांत सहभाग घेता आला.

- रशियातील सिझरान या ठिकाणी Non-Olympic Games साठी भारतीय डेलीगेशनमध्ये प्रत्यक्ष सहभाग होता.
- पीएच.डी. मार्गदर्शक म्हणून मान्यता आहे व १३ विद्यार्थ्यांनी एम.फिल. ची पदवी प्राप्त केली आहे.
- राष्ट्रीय व आंतरराष्ट्रीय चर्चासत्रे व कार्यशाळांतून सहभाग व शोधनिबंध लेखन.
- महाराष्ट्र राज्य–योगा महोत्सव आयोजन समितीवर सदस्य म्हणून नियुक्ती.
- शिक्षण मंडळ व पुणे महानगर पालिकेतर्फे 'आदर्श शिक्षक' गौरवपत्र प्राप्त.

अनुक्रम

१ फुटबॉल खेळाचा इतिहास

(History of Soccer / Football)

स्पार्टन व ग्रीसमध्ये हा खेळ इ.स.पूर्वी ५०० वर्षे अगोदर खेळला जात होता व या खेळास 'HARPASTON' असे संबोधित असत. टॉस जिंकणारा संघ मध्य रेषेवरून विरुद्ध संघाच्या क्षेत्रामध्ये चेंडू फेकून खेळाची सुरुवात करीत होते. खेळाचे मैदान हे खूप मोठे होते व मैदानाच्या आकारमानाविषयी दोन्ही संघनायक सहमतीने ठरवीत होते. संघ किती खेळाडूंचा असावा याला काही मर्यादा नव्हती, परंतु 'दोन्ही संघात समान खेळाडू असावेत' असा संकेत होता. त्या काळात या खेळास गोलपोस्ट नव्हते, विरुद्ध संघाच्या गोल रेषेवरून पायाने चेंडू मारून पलीकडे पाठविल्यास गोल झाला, असे गृहीत धरले जात होते. चेंडू फेकणे किंवा वाहून नेणे याला परवानगी नव्हती. 'चेंडू फेकणे' हे फक्त खेळाच्या सुरुवातीस व गोल झाल्यानंतर पुन्हा सुरुवात करताना ग्राह्य धरले जात होते.

स्पार्टन व ग्रीसने या खेळास सुरुवात केल्यानंतर पुष्कळ शतकांनी रोममध्ये हा खेळ सुरू झाला. त्यांनी या खेळास 'FOLLIS' असे नाव दिले. त्यांनी या खेळातील पद्धतींमध्ये काही बदल केले.

स्पार्टन्स व रोमन्स यांच्यामध्ये सतत फुलबॉलचे सामने होत असत व हळूहळू खेळात प्रमाणित नियम येऊ लागले.

रोममध्ये हा खेळ खूप लोकप्रिय होता तरी काही राज्यकर्त्ये या खेळाविषयी संतुष्ट नव्हते. इ.स.पूर्वी २८व्या वर्षी Caeser Augustus याने हा खेळ बंद केला; कारण त्याच्यादृष्टीने हा खेळ सैनिकी मुलांना प्रशिक्षित करण्यासाठी उपयुक्त नव्हता.

चीनचे सैनिक इ.स.पूर्वी दुसऱ्या व तिसऱ्या शतकात हा खेळ खेळत व चेंडू छोट्या जाळ्यात पायाने मारीत असत. चीनमध्ये या खेळास 'TSU-CHU' हे नाव होते व याचा अर्थ 'चामड्याचा चेंडू पायाने लाथाळणे' असा होतो. पुष्कळ वर्षांपूर्वी डुकराच्या चामडी ब्लॅडरमध्ये हवा भरून हा खेळ खेळला जात होता. परंतु, ते

असुविधाजनक वाटल्यामुळे पुढे चामडे शिवून चेंडू तयार करण्याची पद्धती उदयास आली. परंतु, त्या काळातील चेंडू हा अतिशय ओबडधोबड होता व त्यामुळे खेळाडूंना इजा होत होत्या.

हा खेळ नेमका कोठे सुरू झाला, हे जसे नक्की सांगता येत नसले तरी ३००० वर्षांपूर्वीपासून हा खेळ विविध स्वरूपात भूतलावर खेळला जात होता. इतिहासावरून असे लक्षात येते की, रोमन सम्राटांनी हा खेळ ब्रिटनमध्ये आणला.

आधुनिक फुटबॉलची सुरुवात ही स्कॉटलंड व इंग्लंडमध्ये झाली व हे देश या सुनियोजित खेळाचे सहसंस्थापक गणले जातात. स्पर्धात्मकतेमुळे फुटबॉल खेळाने काही काळ हिंसकस्वरूप प्राप्त केले व त्यामुळे काही अधिकाऱ्यांनी या खेळास बंदी घातली.

इंग्लंडमध्ये किंग एडवर्ड (तिसरा) यांनी १३३१ मध्ये फुटबॉल खेळ बंद करण्याचा प्रयत्न केला. स्कॉटलंडमध्ये किंग जेम्स (पहिला) ह्यांनी १४२४ मध्ये लोकसभेत 'कुणीही फुटबॉल खेळावयाचा नाही' असे जाहीर केले. इंग्लंडच्या Bess गुड क्वीन राणी एलिझाबेथ (पहिल्या) यांनी असा कायदा पास केला की, जर खेळाडूंनी फुटबॉल खेळला तर त्यांना आठवड्याभरासाठी जेलमध्ये जावे लागेल व त्यांना याबद्दल चर्चमध्ये दंड भरावा लागेल. परंतु, कोणताही कायदा ह्या फुटबॉल खेळाला थांबवू शकला नाही. उलट, हा खेळ जनसामान्यांत लोकप्रिय होत गेला. १८१५ मध्ये प्रसिद्ध इंग्लिश शाळा, इटॉन कॉलेजने फुटबॉलचे काही नियम प्रस्थापित केले व ह्या नियमांचा वापर इतर शाळा, महाविद्यालये व विश्व विद्यालये करू लागले.

नंतर ह्या नियमांना प्रमाणित करण्यात आले व त्याला केंब्रिज रुल्स (Cambridge Rules) असे संबोधिण्यात आले. ह्या सर्व फुटबॉलच्या नियमांचा वापर १८४८ मध्ये इंग्लंडमधील शाळा व महाविद्यालयांनी सुरू केला.

नंतरच्या काळात फुटबॉल हा दोन विभागात विभागला गेला. काही शाळा व महाविद्यालयांनी रग्बी स्कुलने तयार केलेले नियम वापरून फुटबॉल खेळणे पसंत केले; ज्यामध्ये Tripping, Shin Kicking आणि Carrying the Ball ह्या कृतींना परवानगी होती. परंतु, क्रेंब्रिज रुल्सने या सर्व कृतींना अटकाव करण्यात आला.

२६ ऑक्टोबर १८६३ ला लंडनच्या ११ क्लब्स् व शाळांनी आपापले प्रतिनिधी Freeman's Tavern येथे फुटबॉलच्या पायाभूत नियमांचा एकच संच तयार करण्यासाठी व त्या नियमांनुसारच सामने खेळण्यासाठी एक बैठक बोलाविली व ह्या बैठकीनेच 'The Football Association' ची निर्मिती केली.

रग्बी फुटबॉलच्या चाहत्यांनी हे नियम अमान्य केले व ८ डिसेंबर १८६३ मध्ये 'Association of Football and Rugby Football' विभक्त झाले.

१८६९ मध्ये फुटबॉल असोसिएशनने त्यांच्या नियमात एक तरतूद केली की, 'फुटबॉल खेळताना बॉल हाताळू नये' ह्या पायाभूत नियमावरच आधुनिक फुटबॉल खेळ चालू आहे.

१९०४ मध्ये FIFA (International Federation of Football Association) फुटबॉल खेळ नियंत्रित करणारी आंतरराष्ट्रीय संघटना स्थापित झाली, या संघटनेचा उद्देश हा होता की, जगातील विविध देशातील व्यावसायिक खेळाडूंच्या Championship Matches आयोजित करणे, १९२० मध्ये युरोपखंडात या खेळास व्यावसायिकस्वरूप प्राप्त झाले. पुढील १० वर्षांत साउथ अमेरिकेत या खेळाने व्यावसायिकस्वरूप धारण केले.

१९३० मधील पहिल्या वर्ल्डकप फुटबॉल स्पर्धेत फुटबॉल विषयीची आवड व लोकप्रियता या बाबींचा परिचय झाला. पहिल्या वर्ल्डकप सामन्यात फक्त १३ देशांनी स्पर्धेत सहभाग घेतला होता.

परंपरेनुसार फुटबॉल हा पुरुषांचा खेळ आहे, परंतु मागील २५ वर्षांत महिलांचा या खेळात सहभाग वाढला व महिलांचा प्रथम वर्ल्डकप १९९१ मध्ये चीन येथे आयोजित केला होता व त्यामध्ये USA ने अजिंक्यपद मिळवून पहिला वर्ल्डकपचा ताबा मिळविला.

१९९९ मध्ये USA ने महिलांच्या वर्ल्डकपचे यजमानपद स्वत:कडे घेतले. न्यूयॉर्क येथील Giant's Stadium येथे या महिलांच्या सामन्यासाठी ७८,९७२ लोकांनी हजेरी लावली व एक रेकॉर्ड तयार झाले. या सामन्यातही USA ने चीनवर पेनल्टी किक्सच्याद्वारे विजय संपादन केला.

२०३ देशांच्या संघटना ह्या FIFA च्या सभासद आहेत व जगभरातील २५० मिलियन पुरुष व महिला हा खेळ खेळतात. हा आकडा फक्त नोंदणीकृत व स्पर्धात्मक खेळ खेळणाऱ्यांचा आहे.

भारतातील फुटबॉल

रॉयल नेव्ही व ब्रिटिश आर्मीने हा खेळ प्रथम कोलकाता येथे सुरू केला. दोन संघ वारंवार सामने भरवित असत. फुटबॉलचा पहिला सामना Explanade Ground वर १८५४ मध्ये Civilian Club विरुद्ध Gentleman of Bairakpur यांच्यामध्ये झाला.

रोव्हर्स कपचे सामने १८६१ मध्ये मुंबईत सुरू झाले. 'Trades Cup' चे सामने हे १८८६ मध्ये चालू झाले. १८८८ मध्ये भारत सरकारचे चिटणीससर Mortear Durand यांनी सिमला येथे 'Durand Football Tournament' सुरू केली.

इंडियन फुटबॉल असोसिएशनची स्थापना १८९३ मध्ये झाली.

१९३५ मध्ये 'All India Football Association' ची स्थापना झाली. (AIFA) व ह्या असोसिएशनचे अध्यक्ष श्री. महाराजा रायबहाद्दूर जे. पी. सिन्हा हे होते व ते दरभंगा येथील होते.

'All India Football Association' १९३७ मध्ये बदलले गेले व 'All India Football Federation' ची निर्मिती झाली. हळूहळू फुटबॉलच्या जिल्हा, राज्य, राष्ट्रीय व आंतरराष्ट्रीय स्तराच्या स्पर्धा भारतात सुरू झाल्या. १९५१ च्या एशियन खेळात भारताने इराणचा १-० गोल फरकाने पराभव केला व एशियन फुटबॉल टुर्नामेंटचे अजिंक्यपद प्राप्त केले.

१९६२च्या एशियन खेळात भारताने कोरीयाचा २-१ अशा गोल फरकाने पराभव केला होता.

ऑलिंपिक खेळात फुटबॉल या क्रीडा प्रकारात भारतीय संघ १९४८, १९५२, १९५६, १९६० या सालात पात्र झाला होता व १९५६ सालातील ऑलिंपिकच्या फुटबॉल सामन्यात भारत सेमिफायनलपर्यंत पोहोचला होता परंतु युगोस्लाव्हिया संघाने भारताचा १-४ अशा गोल फरकाने पराभव केला होता. भारताची फुटबॉलची उच्च प्रतिची कामगिरी.

- १९५२ हेलसिंकी ऑलिंपिकमध्ये सहभाग.
- १९५६ मेलबोर्न ऑलिंपिकमध्ये सहभाग.
- १९६० रोम ऑलिंपिकमध्ये सहभाग.
- १९६२ जाकार्ता येथील ४ थ्या एशियन टुर्नामेंटमध्ये साऊथ कोरीयाचा १-२ अशा गोल फरकाने पराभव करून गोल्ड मेडल प्राप्त केले.
- १९६४ मर्डेका (Mardeka) फुटबॉल टुर्नामेंट ही कोलालांपूर येथे झाली. भारताला उपविजेतेपद प्राप्त झाले.
- १९६४-६५- मर्डेका फुटबॉल टुर्नामेंट-भारताला तृतीय स्थान मिळाले.
- १९६६-मर्डेका फुटबॉल टुर्नामेंट-भारताला तृतीय स्थान मिळाले.

१) सन २००२ मध्ये भारताने L. G. Cup व्हीएतनाम येथे जिंकला.
२) भारताने एशियन खेळात बूसान (Busan) येथे चांगली कामगिरी केली.
३) २००२ मध्ये भारताला साउथ एशिया स्पर्धेत कास्य पदक प्राप्त झाले.
४) इस्ट बंगाल संघाने जाकार्ता येथे एशिया कप जिंकला.
५) भारतीय १८ वर्षांखालील फुटबॉल संघाने 'M. M. Ford' कप जिंकला.
६) Afro Asian स्पर्धेत भारताला द्वितीय क्रमांक प्राप्त झाला.

७) आय.एम. विजयन यांनी प्रथम दर्जाच्या फुटबॉल सामन्यातून निवृत्ती घेतली.

८) २००४ मध्ये W.Toba Singh यांस Best Footballer म्हणून AIFF च्या प्रेसिडेंट ने घोषित केले.

भारतातील फुटबॉलच्या मुख्य स्पर्धा

सामन्याचे नाव	संयोजक
१) संतोष ट्रॉफी, कोलकाता	AIFF
२) फेडरेशन कप	AIFF
३) डॉ. बी.सी. रॉय कप	AIFF
४) डी.सी.एम. दिल्ली	'Delhi Cloth Mill' Delhi
५) ड्युरॅन्ड कप, दिल्ली	ड्युरॅन्ड सोसायटी, दिल्ली
६) आय.एम.ए. सिल्ड कोलकाता	Indian Football Association, Kolkatta
७) रोव्हर्स कप, मुंबई	Western India Foot-ball Association, Mumbai
८) बारडोल ट्रॉफी, गुवाहाटी, आसाम	आसाम फुटबॉल असोसिएशन
९) स्टॅफर्ड ट्रॉफी, बंगलोर	कर्नाटका फुटबॉल असोसिएशन
१०) बांदोडकर ट्रॉफी, गोवा	गोवा फुटबॉल असोसिएशन
११) चकोला ट्रॉफी, त्रिचूर	केरला फुटबॉल असोसिएशन
१२) निझाम कप, हैदराबाद	आंध्र प्रदेश फुटबॉल असोसिएशन
१३) सेठ नागजी गोल्ड कप	केरला फुटबॉल असोसिएशन
१४) तमिळनाडू फुटबॉल असोसिएशन- ट्रॉफी, चेन्नई	तमिळनाडू फुटबॉल असोसिएशन
१५) छत्रपती शिवाजी कप, कोल्हापूर, महाराष्ट्र	कोल्हापूर जिल्हा फुटबॉल असोसिएशन
१६) क्विलॉन म्युनिसिपल कॉर्पोरेशन गोल्ड कप, त्रिवेंद्रम, केरला	केरला फुटबॉल असोसिएशन
१७) डॉ. जी. व्ही. राजा मेमोरियल ट्रॉफी, त्रिवेंद्रम	त्रिवेंद्रम जिल्हा फुटबॉल असोसिएशन
१८) शाहु गोल्ड कप, कोल्हापूर, महाराष्ट्र	कोल्हापूर स्पोर्ट्स असोसिएशन

२

फुटबॉल खेळाचे मैदान

(The Field of Play)

फुटबॉलचे सामने हे नैसर्गिक अथवा कृत्रिम बनविलेल्या मैदानावर सामन्याच्या नियमानुसार घेतले जाऊ शकतात; ह्या मैदानांचा रंग हा हिरवा असावा.

Fifa च्या संकेतांनुसार मैदानाचा पृष्ठभाग व मैदानाची गुणवत्ता चांगली असणे आवश्यक आहे. मैदान हे Rectangular असावे व त्यामधील दोन लांब सीमारेषांना Touch Line व दोन आखूड रेषांना Goal Line म्हणतात. हे मैदान हाफ वे लाइनने विभागले जाते. हाफ वे लाइनच्या मध्यबिंदूस 'सेंटर मार्क' असे म्हणतात व ह्या स्पॉटवरून ९.१५ मीटरच्या त्रिज्येद्वारे सेंटर सर्कल आखले जाते. या मध्ये Touch Line ह्या नेहमी Goal Lines पेक्षा लांबीने मोठ्या असतात.

मैदानाचे आकारमान–

लांबी	(Touch Line)	कमीत कमी ९० मिटर्स (१०० यार्ड्स)
		जास्तीत जास्त १२० मिटर्स (१३० यार्ड्स)
रुंदी	(Goal Line)	कमीत कमी ४५ मिटर्स (५० यार्ड्स)
		जास्तीत जास्त ९० मिटर्स (१०० यार्ड्स)

मैदान आखलेल्या सर्व रेषा या मैदानाच्या आकाराच्या अंतिम सीमा असतात. मैदान आखलेल्या सर्व रेषा या सारख्याच जाडीच्या असाव्यात म्हणजेच त्यांची जाडी १२ सेंटिमीटर्स (5 inches) पेक्षा जाड नसावी.

Goal area-Goal line च्या मध्यावर गोलपोस्ट हा असावा. गोलपोस्टच्या आतील भागापासून ५.५ मिटर्स वर (६ यार्ड्स) गोल लाइनवर दोन्ही बाजूस एक मार्क करावा व पुन्हा त्या मार्कवरून मैदानात ५.५ मिटर्सवर मार्क करून चौकोन आखावा, ह्यालाच 'Goal area' असे म्हणतात.

पेनल्टी एरिया (Penalty Area) – गोल एरिया आखल्या प्रमाणेच दोन्ही गोलपोस्टच्या आतल्या भागावरून १६.५ मिटर्स (१८यार्ड्स) वर दोन्ही बाजूस गोल लाईनवर मार्क करावेत व ह्या दोन्हींपासून पुन्हा मैदानात १६.५ मिटर्स वर मार्क करून, चौकोन आखून घ्यावा ह्या एरियाला 'पेनल्टी एरिया' असे म्हणतात.

कॉर्नर आर्क (Corner Arc) – मैदानाच्या चारही कोपऱ्यातून मैदानात १ मीटरचा (१ यार्ड) आर्क आखावा.

कॉर्नर फ्लॅग (Corner Flag) – प्रत्येक कॉर्नरवर १.५ मीटरच्या (५ फूट) उंचीचा टोकदार नसलेला फ्लॅग पोस्ट असावा.

गोलपोस्ट (Goals Posts) – गोलइनच्या मध्यावर असावा. गोलपोस्टचे दोन साइडचे पोल्स व क्रॉसबार यांची जाडी १२ सेंटिमीटर्स (५ इंचेस) पेक्षा जास्त नसावी.

सेंटर स्पॉट आणि पेनल्टी स्पॉट यांचा व्यास ९ इंचीस (०.२२ मी.) एवढा असावा.

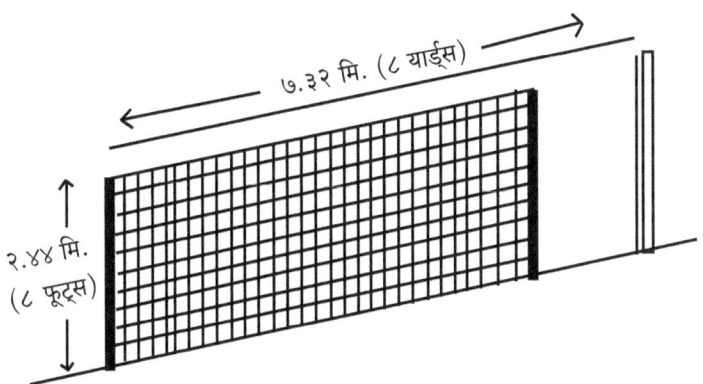

गोलपोस्ट मैदानावर व्यवस्थित पक्का केलेला असावा. Portable Goal Post हे देखील पात्रतेच्या मानकांनुसारच असावेत.

गोल लाइन टेक्नॉलॉजीचा उपयोग करावयाचा असल्यास गोलपोस्टच्या फ्रेममध्ये Fifa च्या गुणवत्ता नियमानुसार व मूळ मापन न बदलता बदल करता येतो.

फुटबॉल खेळाचे मैदान

(मेट्रीक पद्धतीचे मोजमाप)

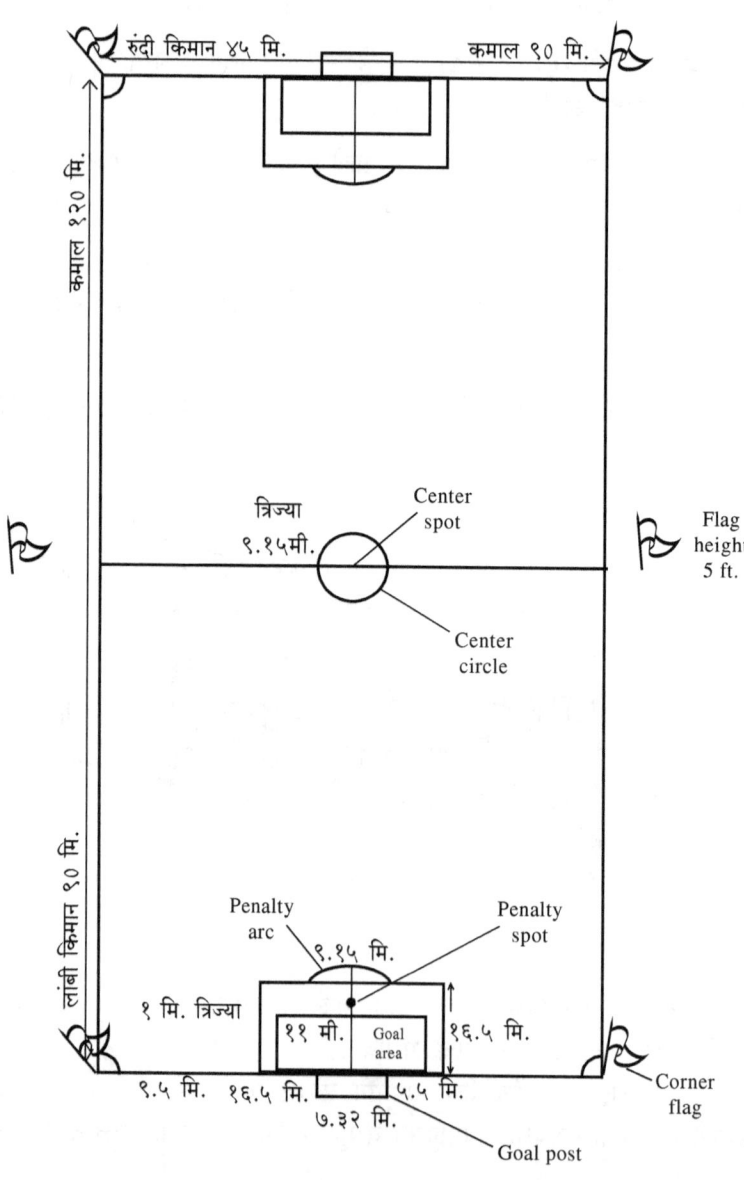

फुटबॉल खेळातील चेंडूविषयीचे नियम

आकार–गोलाकार

चेंडू चामड्याचा किंवा तत्सम वस्तूचा असावा. चेंडूचा परीघ कमीत कमी २७ इंचचा (६८ सेंमी.) किंवा जास्तीत जास्त २८ इंच (७० सेंमी.) चा असावा. सामन्याच्या सुरुवातीपूर्वी चेंडूचे वजन हे किमान ४१० ग्रॅम्स (१४oz.) व ते कमाल ४५० ग्रॅ. (१६.oz) एवढे असावे.

चेंडूमधील हवेचा दाब हा ०.६–१.१ (६००–११००g/cm^2) एवढा असावा.

चेंडू सामन्याच्या दरम्यान जर फुटला अथवा त्यामधील हवा पूर्ण गेली तर सामना थांबवून, दुसरा चेंडू घेऊन तो सामना ड्रॉप करून सामना सुरू करावा. पेनल्टी किक घेताना अथवा पेनल्टी किक मारल्यावर जर चेंडू फुटला व तो कोणत्याही खेळाडूला किंवा क्रॉस बारला लागला नाही तर दुसऱ्या चेंडूद्वारे पेनल्टी किक पुन्हा घेता येते.

चेंडू जर खालील क्रियांच्या अगोदर फुटला तर दुसऱ्या चेंडूवर खेळ पुन्हा सुरू करता येतो. उदा. Kick off, Goal Kick, Corner Kick, Free Kick, Penalty Kick किंवा Throw-In.

रेफ्रीच्या परवानगीशिवाय सामन्यात चेंडू बदलता येत नाही.

सामन्यासाठी दोन संघात ११–११ खेळाडूंची आवश्यकता आहे त्यामध्ये एक गोल कीपर असतो. सामना सुरू करण्यासाठी एका संघात कमीत कमी ७ खेळाडूंची आवश्यकता असते.

पर्यायी खेळाडू – सामन्याच्या दरम्यान एका संघास तीन पर्यायी खेळाडू मैदानात रेफ्रीच्या संमतीने पाठविता येतात. तीन पर्यायी खेळाडूंच्या व्यतिरिक्त जास्त 'खेळाडू बदल'चा प्रस्ताव असेल तर दोन्ही संघाची मान्यता व रेफ्रीच्या संमतीची आवश्यकता असते.

गोलरक्षक बदलाबाबतचे नियम

संघातील कोणत्याही खेळाडूला गोलकिपर होऊन खेळता येते मात्र हा बदल करीत असताना रेफ्रीला ह्या कृतीची कल्पना देऊन त्याची संमती मिळविणे आवश्यक असते. खेळाच्या Stoppage वेळात हा बदल करता येतो. एखाद्या खेळाडूला सामन्याच्यापूर्वी बाहेर घालविले असेल तर संघातील पर्यायी खेळाडूला त्याच्या बदली खेळावयास घेता येते.

फुटबॉल खेळाचे नियम व साहित्य

(Football Rules and Equipments)

जर्सी किंवा shirt हे बाह्यांचे व एकाच रंगाचे असावे. Shorts ह्या सर्वांच्या एकाच रंगाच्या असाव्यात. Stockings चा रंग सर्वांचा एकसारखा असावा. सर्व खेळाडूंनी Shinguards वापरणे आवश्यक आहे व ते पूर्णत: स्टॉकिंग्समध्ये झाकलेले असावे. Shinguards प्लॅस्टीक, रबर किंवा तत्सम वस्तूंचे बनविलेले असावेत.

दोन्ही संघातील खेळाडूंच्या गणवेशाचा रंग हा वेगवेगळा असणे आवश्यक आहे तसेच तो रेफ्री व असिस्टंट रेफ्रीच्या गणवेशांपेक्षा भिन्न असावा.

प्रत्येक गोलकिपरच्या गणवेशाचा रंग हा इतर खेळाडू, रेफ्री व असिस्टंट रेफ्रीच्या रंगापेक्षा भिन्न रंगाचा असावा.

सामन्याचा कालावधी – सामना हा ४५ मिनिटांच्या दोन सत्रांचा असतो; जर कमी प्रकाशामुळे सामना हा ४० मिनिटांच्या दोन सत्रांचा करावयाचा असेल तर सामन्यापूर्वी त्याचा निर्णय घ्यावयास पाहिजे व तो स्पर्धेच्या नियमानुसार असावा.

मध्यांतर – ४५ मिनिटांच्या खेळानंतर १५ मिनिटांचा विश्रांतीचा कालावधी असतो, तो वाढवू नये. सामन्यापूर्वी स्पर्धेचा मध्यांतराचा कालावधी हा रेफ्रीच्या संमतीने कमी करता येऊ शकतो.

खालील परिस्थितीत वाया गेलेला खेळांचा कालावधी रेफ्रीद्वारे दिला जातो. उदा.

१) पर्यायी खेळाडूंच्या बदली करण्याचा कालावधी.
२) खेळाडूंच्या दुखापतीचे अवलोकन करण्यासाठी.
३) दुखापती झालेल्या खेळाडूंना बाहेर पाठविण्यासाठी.
४) वाया गेलेल्या कालावधीसाठी व इतर कारणांनी वाया गेलेला वेळ रेफ्री खेळाच्या शेवटी जेवढा कालावधी वाया गेला तेवढा कालावधी सामन्यासाठी वाढवू शकतो.

पेनल्टी किक घेताना वेळ संपला असेल तर रेफ्री पेनल्टी किक घेण्यासाठी अनुमती देतो.

फुटबॉल खेळाची सुरुवात

किक ऑफ (Kick-off)

सामन्याच्या सुरुवातीस, प्रत्येक गोल झाल्यावर, दुसऱ्या सत्राच्या सुरुवातीस व प्रत्येक Extra कालावधीच्या सुरुवातीस Kick Off होते. किक ऑफ प्रक्रियेनंतर Direct गोल करता येतो.

चेंडू खेळाच्या बाहेर असणे म्हणजे काय?

१) खेळ चालू असताना चेंडू जेव्हा गोल लाइन अथवा Touch Line हवेतून अथवा जमिनीवरून पूर्णत: ओलांडतो त्या वेळेस चेंडू खेळाच्या बाहेर आहे, असे समजले जाते.

२) जेव्हा सामना रेफ्रीद्वारे थांबविला जातो.

चेंडू हा खेळात आहे असे कधी समजतात?

जेव्हा चेंडू गोलपोस्टला लागून परततो, Cross बारला अथवा फ्लॅगपोस्टला लागून मैदानामध्येच असतो, तसेच रेफ्री व असिस्टंट रेफ्री मैदानात असतात तेव्हा त्यांना लागून चेंडू मैदानातच असतो त्या वेळेस चेंडू खेळातच आहे असे समजले जाते.

गोल होण्याविषयीचे नियम

चेंडू ज्या वेळेस दोन्ही गोलपोस्टच्या मधून व क्रॉस बारच्या खालून गोल लाइन पूर्ण क्रॉस करतो त्या वेळेस त्यास गोल समजले जाते.

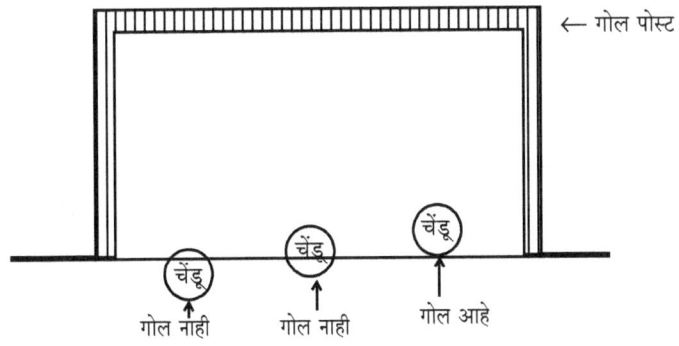

दोषयुक्त खेळ व दुराचरण (Fouls and Misconduct)

खालील प्रकारच्या चुका, निष्काळजीपणा व विनाकारण बळाचा उपयोग खेळाडूने केला आहे असे रेफ्रीस आढळल्यास तो चुका करणाऱ्यांच्या विरुद्ध संघास Direct Free Kick घेण्यास सांगतो.

प्रतिस्पर्ध्यास लाथ मारणे किंवा मारण्याचा प्रयत्न करणे प्रतिस्पर्ध्यास पाडणे अथवा पाडण्याचा प्रयत्न करणे.

- धोकादायक पद्धतीने प्रतिस्पर्ध्यावर उडी मारणे.
- हल्ला केल्याप्रमाणे प्रतिस्पर्ध्यावर चालून जाणे.
- प्रतिस्पर्ध्याला मारणे अथवा मारण्याचा प्रयत्न करणे.
- धोकादायक पद्धतीने प्रतिस्पर्ध्यास ढकलणे.
- पायात पाय घालून प्रतिस्पर्ध्यास पाडणे.

याशिवाय खालील तीन प्रकारच्या चुका केल्यावरही प्रतिस्पर्धी संघास Direct Kick बहाल केली जाते.

- प्रतिस्पर्ध्यास पकडणे.
- प्रतिस्पर्ध्याच्या अंगावर अथवा दिशेने थुंकण्याचा प्रयत्न करणे.
- हेतुपुरस्पर चेंडू हाताळणे.

या सर्व चुका जेथे झाल्या त्या जागेवरून प्रतिस्पर्धी Direct Free Kick घेतो.

वरील दहा चुकांपैकी एखादी चूक खेळाडूने आपल्या पेनल्टी एरियात खेळ चालू असताना केली तर रेफ्री पेनल्टी कीक प्रतिस्पर्ध्यास बहाल करू शकतो.

Direct Kickने जर चेंडू प्रतिस्पर्ध्याच्या गोलात मारला तर तो गोल दिला जातो.

Direct Kick जर स्वतःच्याच गोलमध्ये मारली तर विरुद्ध संघास कॉर्नर किक ही बहाल केली जाते.

गोलकिपरने आपल्या स्वतःच्या पेनल्टी एरियात खालील चुका केल्या तर Indirect Free Kick प्रतिस्पर्ध्यास बहाल केली जाते.

- आपल्या हातात ६ सेकंदांपेक्षा जास्त वेळ चेंडू ताब्यात ठेवल्यास.
- गोल किपरने आपल्या हातातून चेंडू सोडल्यानंतर दुसऱ्या खेळाडूने त्याला स्पर्श करण्यापूर्वी पुन्हा त्याने तो हाताळल्यास.
- गोलकिपरच्या संघातील एखाद्याने त्याच्याकडे हेतुपूर्वक चेंडू पायाने मारल्यावर गोल किपरने तो चेंडू हाताळल्यास.

- संघातील आपल्याच सहकाऱ्याने 'थ्रो इन' केलेला चेंडू गोलकिपरने हाताळल्यास.

खालील पद्धतीचा खेळाडूने खेळ केल्यास रेफ्री प्रतिस्पर्धी संघास Indirect Free Kick बहाल करतो.

- एखादा खेळाडू धोकादायक पद्धतीने खेळला तर.
- प्रतिस्पर्ध्याच्या खेळातील चांगल्या प्रगतीला अडथळा आणणे.
- गोल किपरला चेंडू आपल्या हातातून सोडण्यास अथवा मारण्यास अटकाव करणे.
- रेफ्रीच्यादृष्टीने आणखी काही चूक केल्यास.

Indirect Free Kick ही जेथे offence घडला असेल त्या ठिकाणावरून मारली जाते. Indirect Kick मारताना ती Directly प्रतिस्पर्ध्याच्या गोलात मारली तर 'गोल किक' ही प्रतिस्पर्ध्यास दिली जाते.

Indirect Free Kick ही Directly आपल्या स्वत:च्या गोलात मारून गोल केला तर प्रतिस्पर्ध्यास 'कॉर्नर किक' बहाल करण्यात येते.

Direct Kick किंवा Indirect Kick मारतेवेळेस प्रतिस्पर्धी खेळाडू हे चेंडूपासून ९.१५ मी. लांब (१० यार्ड्स) असावेत.

शिस्तभंगाची कारवाई – रेफ्रीने पिवळे कार्ड एखाद्या खेळाडूस दाखविले तर त्याचा अर्थ त्यास रेफ्रीने सावध केले आहे. रेफ्रीने जर तांबडे कार्ड एखाद्या खेळाडूस दाखविले तर त्याचा अर्थ त्या खेळाडूने खेळ सोडून मैदानाबाहेर जावे.

रेफ्रीचे अधिकार हे मैदानात प्रवेश केल्याबरोबर सुरू होतात व खेळाची शेवटची शिट्टी होइपर्यंत ते चालू असतात.

खालील परिस्थितीमध्ये खेळाडू अथवा बदली खेळाडू यांना सावध करण्यासाठी पिवळे कार्ड दाखवावे लागते.

- अखिलाडूपणाची वर्तणूक.
- शब्द अथवा कृतीद्वारे प्रतिस्पर्ध्यास विरोध करणे.
- खेळाच्या नियमांचे वारंवार उल्लंघन करणे.
- थ्रो इन, कॉर्नर किक व फ्री किकच्या वेळेस आवश्यक ९.१५ मी. लांब अंतर न ठेवणे.
- मैदानात रेफ्रीच्या परवानगीशिवाय प्रवेश किंवा पुनर्प्रवेश करणे.
- खेळ पुन्हा सुरू करण्यासाठी उशीर करणे.
- हेतुपूर्वक रेफ्रीची परवानगी न घेता मैदानाबाहेर जाणे.

- खेळाडू व बदली खेळाडू यांना खालील चुकीच्या खेळण्याच्या गुन्ह्यामुळे मैदान सोडून जावे लागते.

खालील परिस्थितीत रेड कार्ड दाखविले जाते.

- तीव्र स्वरूपाचा चुकीचा खेळ खेळणे.
- एखाद्या प्रतिस्पर्ध्याच्या दिशेने अथवा अंगावर थुंकणे.
- गुन्हे स्वरूपाची, अपमानास्पद अथवा शिवीगाळीची भाषा किंवा आविर्भाव प्रतिस्पर्ध्यांसाठी वापरणे.
- हिंसात्मक पद्धतीचा खेळ करणे.
- प्रतिस्पर्धी गोल करण्याच्या स्थितीत असताना किंवा त्याला गोल करण्याची सुवर्ण संधी असताना हेतुपुरस्सर चेंडू हाताळणे व प्रतिस्पर्ध्यांची गोल करण्याची संधी घालविणे.
- एखादा प्रतिस्पर्धी गोल करण्याच्या स्थितीत असताना त्याला तो करू न देणे किंवा तो नाकारणे.
- एखाद्या खेळाडूस एकाच सामन्यात दोनदा सावधानतेचा इशारा दिलेला असेल अथवा दोनदा पिवळे कार्ड दाखविलेले असेल.

रेड कार्ड दाखवून मैदानाबाहेर जाण्याचा खेळाडूस अथवा बदली खेळाडूस संकेत दिल्यानंतर त्याने मैदान, खेळाचे क्षेत्र व तांत्रिक क्षेत्र सोडून निघून जावे.

Penalty Kick (दंड स्वरूपात किक मारण्यास सांगणे)

पेनल्टी किक मारताना चेंडू व खेळाडूंची स्थिती कशी असावी?

चेंडू- हा पेनल्टी स्पॉट वर ठेवलेला असावा, जो खेळाडू Penalty Kick घेणार आहे तो गोलकिपर व पहाणाऱ्या सर्वांना ओळखता आला पाहिजे.

गोलकिपर- प्रतिस्पर्ध्याने चेंडू किक करण्यापूर्वी गोल किपर गोल लाइनवर, किक मारणाऱ्याच्या समोर व गोलपोस्टमध्ये उभा पाहिजे.

Penalty Kick घेणाऱ्या खेळाडूशिवाय इतर खेळाडूंनी खेळाच्या मैदानावर उपस्थित पाहिजे.

हे सर्व खेळाडू हे पेनल्टी एरियाच्या बाहेर व पेनल्टी स्पॉटच्या पाठीमागे असतील.

या खेळाडूंनी पेनल्टी स्पॉटपासून ९.१५ मिटर्स लांबीच्या अंतरावर उभे असावे.

चेंडू हातांच्या साहाय्याने मैदानात फेकणे (Throw-in)

एखाद्या खेळाडूला शेवटी स्पर्श करून चेंडू Touch Line जमिनीवरून अथवा हवेतून ओलांडून पूर्णत: बाहेर जातो त्या वेळेस त्या खेळाडूच्या प्रतिस्पर्धी संघास Throw-in ची संधी मिळते.

Throw-in करतांना खालील बाबींची काळजी घ्यावी–

१) Throw-in घेणारा खेळाडू मैदानाकडे सामोरा असावा.

२) Throw-in करणाऱ्या खेळाडूचे दोन्ही पाय Touch Line वर अथवा Touch Line च्या बाहेरच्या मैदानावर पाहिजेत.

३) Throw-in करणाऱ्याने चेंडू हा दोन्ही हाताने धरलेला पाहिजे.

४) चेंडू मैदानात फेकताना तो फेकणाऱ्याच्या पाठीमागच्या बाजूने व डोक्याच्यावरून फेकला गेला पाहिजे.

५) चेंडू ज्या ठिकाणावरून मैदानाच्या बाहेर गेला होता त्या ठिकाणावरूनच 'थ्रो इन' (Throw-in) घ्यावा लागतो.

६) Throw-in करतांना प्रतिस्पर्धी खेळाडू हे Throw-in घेणाऱ्यापासून २ मीटर (2 yards)च्या अंतरावर असावेत.

७) Throw-in करणारा चेंडूला दुसऱ्या खेळाडूचा स्पर्श झाल्यावरच पुन्हा स्पर्श करू शकतो.

८) थ्रो इनच्याद्वारे Direct गोल करता येत नाही.

गोल क्षेत्रातून गोल रक्षकाने चेंडूला लाथ मारणे

आक्रमण करणाऱ्या खेळाडूचा शेवटचा स्पर्श होऊन जर चेंडूने जमिनीवरून अथवा हवेतून Goal Line ओलांडली असेल व गोल झालेला नसेल, तर Defending Team (बचावात्मक संघ) ला गोल किक दिली जाते.

गोल किक घेण्याची पद्धत खालीलप्रमाणे –

१) Defending Team चा खेळाडू Goal Area तील कोणत्याही स्पॉटवरून गोल किक मारू शकतो. प्रतिस्पर्धी हे चेंडू खेळण्यात येण्याच्या अगोदर पेनल्टी एरियाच्या बाहेर असतात.

२) Goal Kick मारणारा खेळाडू दुसऱ्या खेळाडूने चेंडूला स्पर्श केल्यानंतर पुन्हा चेंडूला स्पर्श करू शकतो. चेंडू त्या वेळी खेळात आला असे समजतात जेव्हा चेंडू गोल किकद्वारे Direct पेनल्टी एरियाच्या बाहेर येतो. जर गोल किकद्वारे चेंडू पेनल्टी एरियाच्या बाहेर आला नाही तर पुन्हा गोल किक घ्यावी लागते.

चेंडू मैदानाच्या कोपऱ्यातून लाथेने मारणे (Corner Kick)

ज्या वेळेस बचाव करणाऱ्या संघाच्या खेळाडूचा चेंडूला शेवटचा स्पर्श होतो व चेंडू जमिनीवरून अथवा हवेतून गोल लाइनची पूर्ण रेषा ओलांडून बाहेर जातो (गोल न होता) त्यावेळी प्रतिस्पर्धी संघास कॉर्नर किक बहाल केली जाते.

कॉर्नर किकने डायरेक्ट प्रतिस्पर्धी संघावर गोल करता येतो. बचाव पक्षाचा शेवटचा स्पर्श होऊन चेंडू गोलपोस्टच्या ज्या बाजूने गोललाइन जमिनीवरून किंवा हवेतून ओलांडून बाहेर जातो त्याच्या बाजूच्या कॉर्नरवरून प्रतिस्पर्धी कॉर्नर किक मारतात. कॉर्नर किक मारण्यापूर्वी चेंडू कॉर्नर आर्कमध्ये ठेवला जातो व नंतर किक मारली जाते.

कॉर्नर किक मारताना कॉर्नर फ्लॅग हा हलविण्याची परवानगी नाही. कॉर्नर किक मारताना प्रतिस्पर्धी संघाच्या खेळाडूंनी चेंडूपासून ९.१५ मिटर्स (१० यार्ड्स) लांब असणे अनिवार्य आहे. हल्ला करणाऱ्या संघातील खेळाडूने किक मारावी. किक मारणाऱ्या खेळाडूने चेंडूला दुसऱ्या खेळाडूचा स्पर्श झाल्याशिवाय पुन्हा स्पर्श करू नये; जर पुन्हा चेंडूला स्पर्श केला तर प्रतिस्पर्धी संघास इनडायरेक्ट फ्री किक बहाल केली जाते.

ज्या वेळी कॉर्नर किक मारली जाते त्या वेळेस चेंडू खेळात आला असे गृहीत धरतात.

दंड म्हणून बहाल केलेली किक (Penalty Kick) कशा पद्धतीने मारली जाते? (Rules of Penalty Kick)

Penalty Spot वरून मारल्या जाणाऱ्या पेनल्टी किक्स विषयी–

- दोन्ही संघाचे पूर्ण वेळेत समान गोल असतील तसेच १५ मिनिटांचे दोन सत्र (१५–१५ मिनिटे) झाल्यावर देखील गोल संख्या समान राहिली तर Penalty Kick द्वारे खेळाचा निकाल लावला जातो.
- कोणता गोलपोस्ट पेनल्टी किक्ससाठी वापरावयाचा याचा निर्णय रेफ्री (Referee) घेतो. रेफ्री संघनायकांसमोर नाणेफेक करतो व जिंकणारा संघनायक आपल्या संघाने प्रथम पेनल्टी किक की द्वितीय पेनल्टी किक मारावयाची याविषयी निर्णय घेतो.
- दोन्ही संघांनी ५–५ खेळाडूंची यादी ते पेनल्टी किक मारत असणाऱ्या अनुक्रमाने द्यावी. रेफ्री स्वत:कडे खेळाडूंनी केलेल्या गोल्सची नोंद ठेवतो.

- दोन्ही संघास ५-५ पेनल्टी किक्स् मारावयच्या असतात मात्र त्यांना त्या एका आड एक अशा माराव्या लागतात.
- ५-५ पेनल्टी किक्स् नंतर जर एखाद्या संघाचे गोल दुसऱ्यापेक्षा जास्त असतील (उदा. ४-१, ५-३ असे) तर जास्त गोल मारणारा संघ विजयी होतो.
- परंतु, जर ५-५ किक्समध्ये गोल फरक हा समान राहिला (उदा. ४-४, ३-३) तर पुन्हा एका आड एक पेनल्टी किक रेफ्री घ्यावयास सांगतो, या प्रक्रियेस 'Sudden Death' असे संबोधितात. म्हणजे एखाद्या संघाने सहाव्या किकला गोल मारला व दुसऱ्या संघाने सहाव्या किकला गोल केला नाही तर सहाव्या किकला गोल करणारा संघ हा विजयी घोषित होतो.

याचाच अर्थ, प्रत्येक टप्प्यावर बरोबरीने पेनल्टी किक्सद्वारे गोल मारले तर किक्स तश्याच पुढे चालू रहातात. (उदा. ६-६, ७-७, ८-८ असे) परंतु, जर ९ वी किक एखाद्या संघाने गोलात रूपांतरित केली व दुसऱ्या संघाने ९ वी किक गोलात रूपांतरित केली नाही तर ९ गोल मारणारा संघ हा विजयी घोषित केला जातो व ह्या पद्धतीलाच 'Sudden Death' असे संबोधितात. पेनल्टी किकच्या वेळेस एखादा गोल किपर जखमी असेल व तो खेळू शकणार नसेल तर दुसरा पर्यायी गोल किपर पेनल्टी किक्स्साठी वापरता येतो; मात्र, सर्व Substitute चा सामन्यात उपयोग करून घेतलेला असेल तर दुसरा गोल किपर वापरता येत नाही, मात्र वाढीव वेळ संपल्यावर (१५-१५ मिनिटांचे दोन सत्र) जे खेळाडू शेवटच्या शिट्टीला मैदानात आहेत तेच खेळाडू पेनल्टी किक्सला वापरता येतात. पेनल्टी किक्स ह्या एका आड एक (Alternate Player) अशा मारल्या गेल्या पाहिजेत. पेनल्टी किक्सच्या वेळेस जे पात्र खेळाडू मैदानावर आहेत त्यांचा गोल किपिंगसाठी उपयोग करून घेता येऊ शकतो. पात्र खेळाडू व सामन्याचे पंच (Officials) यांच्या व्यतिरिक्त मैदानावर कोणालाही येण्यास अनुमती नसते.

पेनल्टी किक मारणारा खेळाडू, गोल किपर्स व सामन्याचे रेफ्री यांच्या व्यतिरिक्त सर्व खेळाडू हे सेंटर सर्कलमध्ये बसलेले असतील व क्रमाक्रमाने पेनल्टी किक्स मारावयास जातील.

पेनल्टी किक मारणाऱ्या खेळाडूचा गोल किपर हा मैदानावरच हजर पाहिजे. त्याने पेनल्टी एरियाच्या बाहेर कॉर्नरला उभे रहावे.

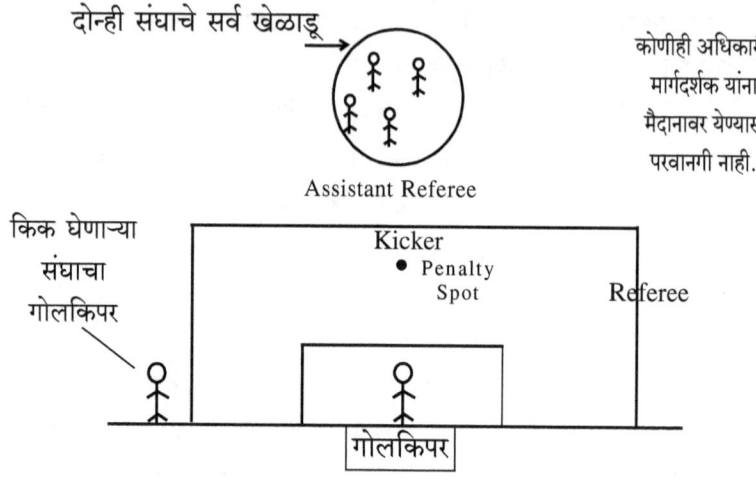

दोन्ही संघाचे सर्व खेळाडू

कोणीही अधिकारी, मार्गदर्शक यांना मैदानावर येण्यास परवानगी नाही.

Assistant Referee

किक घेणाऱ्या संघाचा गोलकिपर

Kicker
• Penalty Spot

Referee

गोलकिपर

बंद अंगास जाणे बंद बाजुस जाणे (Off Side)

बचाव करणाऱ्या संघातील दोन खेळाडूपेक्षा कमी खेळाडू बचावासाठी असल्यास तो चेंडू अथवा ती चाल Off Side ठरवली जाते. सदरच्या चित्रात 'A' ह्या आक्रमक खेळाडूने आपल्या संघातील दुसऱ्या 'A' खेळाडूकडे चेंडू पाठविला आहे (Pass). परंतु गोलरक्षक एकटाच (गोलरक्षक 'B') बचाव करण्यासाठी असल्यामुळे सदरचा खेळाडूने पाठविलेला चेंडू (Pass) व ही 'A' खेळाडूची चाल Off Side (बंद बाजूस) झाली आहे.

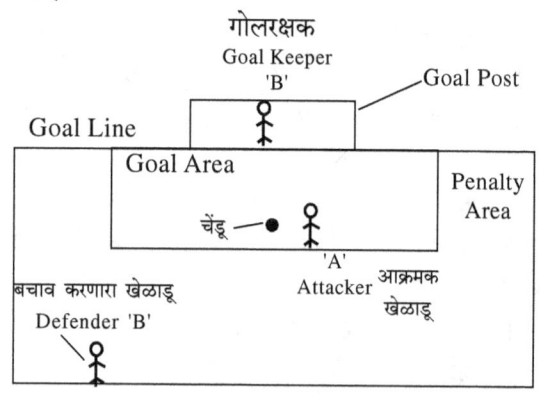

गोलरक्षक
Goal Keeper 'B'

Goal Post

Goal Line

Goal Area

Penalty Area

चेंडू

'A'
Attacker आक्रमक खेळाडू

बचाव करणारा खेळाडू
Defender 'B'

'A'
Attacker

४ फुटबॉलची आक्रमक, बचावात्मक व चेंडूवरील ताबा कौशल्ये

(Offensive, Defensive and Ball Control Skills)

Warm-Up and Cool-Down.

सामन्यापूर्वी व प्रशिक्षणापूर्वी आपल्या शरीराची शारीरिक व मानसिक तयारी होण्यासाठी Warm-Up करणे आवश्यक असते. Warm-Up मुळे आपल्या स्नायुंचे तापमान हे वाढले जाते आणि मुख्य स्नायुंचे समूह गट हे ताणले जातात. तसेच रक्ताची Viscocity वाढल्यामुळे (रक्ताचा पातळपणा) ते सर्व शरीरभर पुरविले जाते (संचारले जाते); त्यामुळे स्नायू व स्नायू समूहांपर्यंत ते पोहोचते. Warm-Up मुळे स्नायुंचे आकुंचन व प्रसरण हे सहजपणे होते व स्नायुंच्या कार्यात चपळता व सुलभता निर्माण होते, दुसऱ्या दिवशी शरीर आमल्यासारखे (Soreness) वाटत नाही, स्नायुंच्या व सांध्याच्या इजा कमी होण्यास मदत मिळते.

वातावरणातील परिस्थिती लक्षात घेऊन Warm-Up चा निर्णय घ्यावा. खूप उष्णता व खूप थंड वातावरण याचा Warm-Up करणाऱ्याला अभ्यास असणे गरजेचे आहे. सर्वसाधारणत: १५ ते २० मिनिटे आवश्यक तीव्रतेने Warm-Up करावे. आपल्याला Warm-Up ने घाम आल्यावर समजावे की, आता आपल्या शरीराचे तापमान वाढले आहे व स्नायू सुलभतेने क्रिया करू लागले आहेत.

आपले मोठे स्नायू कार्यान्वित होतील याकडे लक्ष द्यावे व फुटबॉलसाठीचा ठरावीक Warm-Up व आवश्यक हालचाली करणे हितावह असते. चेंडू बरोबर ड्रीबलिंग करणे, वेग घेणे, दिशा बदलणे किंवा चेंडू आपल्या सहकाऱ्याकडे पास करणे याद्वारे आपण शरीरात रक्त खेळते ठेवू शकतो. आपल्या शरीराचे तापमान वाढल्यावर ताणाचे (Stretching Exercises) व्यायाम प्रकार करावेत जेणेकरून सर्व मोठ्या स्नायुंच्या समूहाला व्यायाम होतो. Warm-Up मध्ये विनाकारण Jump

घेणे किंवा Jerk घेणे असे करू नये, तर हळूहळू आपल्या शरीराच्या स्नायू समूहाचे कार्य वाढविणे, सुलभ करणे गरजेचे असते.

प्रत्येक घटकाला ताण द्यावा व तो ताण ३० सेकंदांचा असावा. शरीराच्या प्रत्येक घटकाला ३०-३० सेकंदांचा दोनदा ताण द्यावा. यामध्ये Hamstrings, Quadriceps, Back, Groin, Calves, Achilles Tendon and Neck यांना ताण द्यावा.

सर्व व्यायामानंतर (Warming-Up) नंतर आपले शरीर पूर्वपदावर किंवा Resting Stage ला यावयास काही मिनिटे लागतात. Cool-Down मध्ये हलके Aerobics चे व्यायाम प्रकार करता येतात. उदा. Slow Jogging with or without ball आणि Stretching Exercises मोठ्या स्नायू समुहावर हळुवारपणे करणे. सामन्यानंतर किंवा कठोर प्रशिक्षणानंतर Stretching करणेही खूप उपयोगी आहे.

चेंडूचे परीरक्षण करणे, चेंडू टप्पे मारत ताब्यात ठेवणे, विविध परिस्थितीला तोंड देऊन चेंडू ताब्यात ठेवणे (Shielding, Dribbling and Tackling)

Shielding Skill हे (परीरक्षण कौशल्य) बरोबर चेंडू प्रतिस्पर्ध्यापासून सुरक्षित व लपवून ठेवावा लागतो; नाहीतर प्रतिस्पर्धी त्यावर ताबा प्राप्त करेल.

आपले शरीर, चेंडू व प्रतिस्पर्ध्याच्या मध्ये ठेवून चेंडू Shield करावा. ह्या कौशल्याला Screening the Ball असेसुद्धा संबोधितात. यासाठी पुढीलप्रमाणे तयारी करावी.

१) चेंडू व प्रतिस्पर्ध्याच्यामध्ये स्वत:ला ठेवावे.

२) आपल्या शरीराला Crouched Posture मध्ये गुडघे वाकलेल्या स्थितीत ठेवावे.

३) आपले हात प्रतिस्पर्ध्याच्या जवळ पसरवून स्वत:ला जास्तीत जास्त रुंद करावे.

४) आपले डोके वर ठेवावे जेणेकरून आपले लक्ष पूर्ण मैदानावर असेल.

प्रत्यक्ष कृती करणे

१) प्रतिस्पर्ध्यापासून दूर असलेल्या पायाद्वारे चेंडूचा ताबा घ्यावा.

२) चेंडू ताब्यात असताना पायाचा आतील, बाहेरील भाग तसेच तळवा यांचा उपयोग करावा.

३) आपल्या शरीराच्या रुंद स्थितीचे साहाय्य घेत रहा.

४) प्रतिस्पर्ध्याने आणलेल्या दडपणास कृतीद्वारे प्रत्युत्तर द्या.

५) आपल्या शरीराच्या कृतीद्वारे घेतलेल्या वळणांनी प्रतिस्पर्ध्यास अस्थिर करा.

आरपार अनुगमन करणे (Follow Through)

१) प्रतिस्पर्ध्यापासून ज्या प्रकारचे दडपण असेल त्याप्रमाणे आपल्या शरीराची स्थिती बदलत रहा.

२) चेंडू व प्रतिस्पर्धी यांच्यामध्ये जास्तीत जास्त अंतर ठेवण्यासाठी चपळतेने दिशा बदल करा.

३) आपल्या ताब्यात असलेला चेंडू सहकाऱ्याकडे पाठवा जेणेकरून प्रतिस्पर्ध्याचे आपल्यावर असलेले दडपण कमी होईल. (To Alleviate Pressure)

टप्पे मारीत कौशल्य करणे (Dribbling Skill)

Dribbling and Shielding ही दोन मूलभूत कौशल्ये चेंडू आपल्या ताब्यात ठेवण्यासाठी उपयोगात आणली जातात. Dribbling या कौशल्याद्वारे आपण प्रतिस्पर्ध्याला चकवून पुढे जाऊ शकतो व खुल्या मैदानात आपण चेंडू घेऊन वेगाने आगेकूच करू शकतो. खेळाची स्थिती, गती व परिस्थितीनुसार आपण पायाच्या विविध पृष्ठभागांचा उपयोग करून चेंडूवर ताबा प्राप्त करू शकतो. (Inside of the Foot, Out Side of the Foot, Instep and Sole)

खेळाच्या वेगवेगळ्या परिस्थितीमध्ये खालील प्रकारच्या Dribbling पद्धती आपणास आढळतात- १) Dribbling to penetrate (by pass) opponent. प्रतिस्पर्ध्याला मागे टाकून पुढे जाण्यासाठी Dribbling चा उपयोग होतो. २) जेव्हा कोठे चेंडू पास करता येत नाही त्या वेळेस त्याचा ताबा आपल्या स्वत:जवळ ठेवणे व चेंडू स्वत:च्या जास्तीत जास्त जवळ व ताब्यात ठेवणे.

Dribbling करून चेंडू जास्तीत जास्त वेगाने खुल्या मैदानात आगेकूच करून ताब्यात ठेवणे.

जास्त प्रमाणातील Dribbling आपल्या चाली विफल करू शकतात व संघाचे परिश्रम वाया घालवू शकतात; म्हणून आवश्यक तेवढेच Dribbling करणे हितावह असते.

१) प्रतिस्पर्ध्यावर वर्चस्व प्राप्त करण्यासाठी Dribble करणे (Dribbling to Beat an opponent)

सुरुवातीची स्थिती (Approach)

१) प्रतिस्पर्ध्याच्या दिशेला आपला चेहरा ठेवा.
२) शरीराचा ताबा व संतुलन हे अबाधित ठेवा.
३) चेंडूला आपल्या पायाच्या जवळ ठेवा.
४) आपले डोके वर ठेवून प्रतिस्पर्धी व मैदान यावर लक्ष ठेवा.

प्रत्यक्ष कृती (Execution)

१) आक्रमक पद्धतीची Dribble करून प्रतिस्पर्ध्यावर मात करून वेग घ्या.
२) शरीराच्या व पायाच्या फसव्या हालचाली करून प्रतिस्पर्ध्याचे संतुलन बिघडवा.
३) चेंडूला पायाने असा ढकला की तो प्रतिस्पर्ध्यास पार करून जाईल.

आरपार अनुगमन करणे (Follow Through)

१) प्रतिस्पर्ध्याला ओलांडल्यानंतर चेंडूसहित आपला वेग वाढवा.
२) गोल करण्याच्यादृष्टीने उपयुक्त व योग्य अशा दिशेने चेंडू न्या.

२) प्रतिस्पर्धी जवळ असताना Dribble करीत चेंडूचा ताबा स्वत:कडे ठेवणे.
(Dribble for close control)

तयारीची स्थिती (Preparation)

१) आपले शरीर हे Crouched Position मध्ये व गुडघ्यात वाकलेल्या स्थितीत असावे.

२) आपला स्वत:चा गुरुत्वमध्य हा खालच्या बाजूस ठेवा.

३) आपल्या शरीराचा ताबा व संतुलन अबाधित ठेवा.

४) पर्यायी कृती करण्यासाठी अत्यंत दक्ष रहा.

प्रत्यक्ष कृती (Execution)

१) प्रतिस्पर्ध्याने निर्माण केलेल्या दबावाला योग्य प्रत्युत्तर द्या.

२) शरीराची वळणे व पायाच्या फसव्या हालचाली यांचा उपयोग करा.

३) आपल्या पायाच्या योग्य पृष्ठभागांचा उपयोग करून चेंडू आपल्या ताब्यात ठेवा.

४) वेग व दिशा बदल यांचा गरजेनुसार वापर करा.

आरपार अनुगमन करणे (Follow Through)

१) चेंडूला आपल्याजवळ ठेवून त्याचा ताबा अबाधित ठेवा.

२) प्रतिस्पर्ध्याचा दबाव वाटत असेल तर हालचाल करून आपली स्थिती बदला.

३) योग्य वेळी चेंडू हा आपल्या सहकाऱ्याकडे पायाद्वारे पाठवा.

३) चेंडूसहित Dribble करीत वेग घेणे (Dribble for Speed)

तयारीची स्थिती (Preparation)

१) आपले मस्तक वर असू द्या जेणेकरून पूर्ण मैदानावरचे दृश्य आपणास दिसेल.

२) चेंडूसहित आपली उभी स्थिती अबाधित ठेवा.

३) चेंडू आपल्या ताब्याच्या कक्षेतच ठेवा.

प्रत्यक्ष कृती (Execution)

१) पायाच्या बाहेरील पृष्ठभागाने (Out Side the Instep) चेंडू पुढच्या बाजूस ढकला.

२) आपण स्वत: गती वाढवून पुढे जा.

आरपार अनुगमन करणे (Follow Through)

१) चेंडू गोल पोस्टच्या दिशेने पुढे ढकला.

२) चेंडूच्या दिशेने धाव घेऊन पुन्हा चेंडू पुढे ढकला.

४) परिस्थितीला तोंड देणे (Tackling Skills)

आपणाकडे चेंडूचा ताबा नसेल तर आपण गोल करू शकत नाही. प्रतिस्पर्ध्याच्या खेळाडूंनी एकमेकांकडे तटवलेला चेंडू आपण मधेच अडवून ताबा

आपल्या स्वत:कडे घेऊ शकतो अथवा प्रतिस्पर्ध्याला Tackle करून चेंडूचा ताबा मिळवू शकतो. Tackling करण्यासाठी मुख्यत: ३ कौशल्येही वापरली जातात.

१) The Block २) The Poke ३) The Side Tackle

ह्या सर्व प्रकारच्या tackle करण्यासाठी तंत्राचा यशस्वी उपयोग, स्वत:चे संतुलन, शरीराचा ताबा, आव्हानाला यशस्वी तोंड देण्यासाठी अचूक क्षणांची निवड, योग्य कृती करण्याची निर्णय क्षमता व आत्मविश्वासाची गरज असते.

५) अडवणुकीने परिस्थितीला तोंड देणे (Block Tackle)

सुरुवातीची स्थिती (Approach)

१) Dribble करण्यासाठी जवळ यावे.

२) आपला Staggered Stance ठेवून वजन प्रतिस्पर्ध्याच्या पायात असलेल्या चेंडूच्या दिशेने व संतुलित स्वरूपाचे असावे.

३) गुरुत्वमध्य हा शरीराच्या खालच्या भागात ठेवून Crouched Posture अबाधित ठेवावे.

४) खांदे चौरस स्थितीत ठेवून Dribble च्या तयारीत असावे.

प्रत्यक्ष कृती (Execution)

१) Blocking करण्याचा पाय हा चेंडूच्या बाजूला घेऊन Toes हे किंचित वरच्या बाजूला असावेत.

२) Blocking चा पाय हा भक्कम स्थितीत ठेवलेला पाहिजे.

३) पाय चेंडूच्या मध्यावरून हलवा.

४) आपली गती ही पुढील दिशेने ठेवा.

आरपार अनुगमन करणे (Follow Through)

१) चेंडूशी संपर्क झालेल्या जागेपासून आपल्या संपूर्ण शरीराच्या वजनाचा वापर करा.

२) चेंडूवर विजय मिळवा.

३) आपल्या प्रतिस्पर्ध्यावर हल्ला करण्याची तयारी करा.

६) चेंडूला ढुसणी देऊन परिस्थितीला तोंड देणे (Poke Tackle)

सुरुवातीची स्थिती (Approach)

१) Dribble करणाऱ्या व्यक्तीच्या जवळ जाणे.

२) आपल्या शरीराचा ताबा व संतुलन हे अबाधित ठेवा.

३) आपली नजर चेंडूवर ठेवा.

प्रत्यक्ष कृती (Execution)

१) चेंडूच्या अधिक जवळ असणारा पाय जास्तीत जास्त चेंडूच्या दिशेने ताणावा.

२) दुसरा पाय हा थोडा वाकलेल्या स्थितीत असून आपले संतुलन राखावे.

३) पायाच्या Toe ने चेंडूला Poke करावे.

४) Takle करण्यापूर्वी Dribble करणाऱ्याला शक्यतो स्पर्श होऊ देऊ नका.

आरपार अनुगमन करणे (Follow Through)

१) शरीराचा ताबा व संतुलन हे अबाधित ठेवा.

२) नंतर चेंडूचा पाठलाग करून त्याचा ताबा मिळवा.

६) शरीर जमिनीशी घसरत नेऊन परिस्थितीला तोंड देणे (Slide Tackle)

सुरुवातीची स्थिती (Approach)

१) Dribble करणाऱ्या खेळाडूच्या बाजूने अथवा पाठीमागून जवळ यावे.

२) आपले संतुलन व शरीराचा ताबा अबाधित ठेवा.

३) चेंडूवर पूर्णत: लक्ष ठेवा.

प्रत्यक्ष कृती (Execution)

१) एक पाय पुढे ताणून आपले शरीर बाजूला जमिनीवर घरंगळत झोकून द्यावे.

२) हाताची स्थिती संतुलन राखण्यासाठी बाजूला असावी.

३) घरंगळत झोकून दिलेला पाय हा चेंडूच्या दिशेने जास्तीत जास्त ताणून पुढे करा.

४) दुसरा पाय हा गुडघ्यामध्ये दुमडा.

५) घरंगळत जाणाऱ्या पायाने चेंडू ढकलावा.

६) पायाच्या Instep ने चेंडूशी संपर्क साधावा.

७) चेंडू एका खेळाडूकडून दुसऱ्याकडे पाठविणे (Pass करणे)

चेंडू पुढे ढकलणे व पास करणे (एका खेळाडूकडून दुसऱ्या खेळाडूकडे चेंडू मारून अथवा ढकलून पाठविणे) (Push Pass)

ही Pass जमिनीलगत जाणारी असते. ह्या पासचा खेळाडू सर्रास उपयोग करतात; कारण ह्या पासने आलेला चेंडू सहजासहजी ताब्यात घेता येतो व ह्या पासमध्ये जास्तीत जास्त अचूकता साधता येते. कमी अंतरासाठी याचा उपयोग करतात. खेळातील परिस्थितीनुसार आपणास तीन प्रकारच्या पासेसचा उपयोग करता येतो.

१) Push Pass पायाच्या आतील बाजूने चेंडू जमिनीलगत पुढे ढकलणे/मारणे.

२) Out Side of the Foot पायाच्या बाहेरच्या पृष्ठभागाने चेंडू मारणे अथवा पुढे ढकलणे.

३) In Step ने चेंडू मारून अथवा ढकलून दुसऱ्या खेळाडूकडे जमिनीलगत पाठविणे. चेंडू पायाने पुढे ढकलणे (Push Pass)

सुरुवातीची स्थिती (Approach)

१) ज्या दिशेत चेंडू मारावयाचा त्या दिशेला चेहरा करणे.

२) ज्या पायाने चेंडूला मारावयाचे नाही तो पाय संतुलन राखण्यासाठी चेंडूच्या बाजूला व ज्या ठिकाणी चेंडू पाठवावयाचा आहे त्या दिशेने त्याचा टो (Toe) असावा.

३) आपले खांदे व कंबर ही चौरस स्थितीत असावी.

४) चेंडूवर प्रहार करणारा पाय हा बाजूने चेंडूच्या दिशेत यावयास पाहिजे.

५) आपले हात हे संतुलन राखण्यासाठी बाजूला पसरले पाहिजेत.

६) आपली नजर ही चेंडूवर ठेवून मस्तक हे स्थिर ठेवावे.

प्रत्यक्ष कृती (Execution)

१) ज्या दिशेने चेंडू जमिनीलगत घरंगळत पाठवायचा आहे त्या दिशेत चौरस स्थितीत आपले शरीर असावे.

२) ज्या पायाने चेंडूवर प्रहार करावयाचा आहे तो पाय पाठीमागून पुढे जलद गतीने यावयास पाहिजे.

३) ज्या पायाने चेंडूवर प्रहार केला जाणार आहे त्या पायाचा Ankle घट्ट ठेवून, व पाय स्थिर ठेवून प्रहार केला जावा.

४) चेंडूच्या मध्यावर (Center of the ball) पायाच्या आतील भागाने प्रहार करून चेंडू विवक्षित दिशेत जमिनीलगत घरंगळत पाठवावा.

आरपार अनुगमन करणे (Follow Through)

१) शरीराचे वजन पाठीमागून पुढे असे बदलावे.

२) प्रहार करून चेंडूमध्ये गतीची निर्मिती करा.

३) Follow Through हा थोडक्यात व सुरळीत (Smooth) असावा.

पायाच्या बाहेरच्या भागाने चेंडू मारून सहकाऱ्याकडे पाठविणे– (Out Side of the Foot Pass)

पायाच्या बाहेरच्या भागाने चेंडू मारून सहकाऱ्याकडे पाठविणे (Pass)

सुरुवातीची स्थिती (Approach)

१) ज्या पायाने चेंडूवर प्रहार करावयाचा नाही तो पाय चेंडूच्या पाठीमागे परंतु चेंडूच्या बाजूला असावा.

२) हा पाय गुडघ्यात थोडा वाकलेला असावा व त्याने शरीराचा तोल सांभाळावयास पाहिजे.

३) ज्या पायाचे चेंडू पास करावयाचा आहे तो पाय तोल सांभाळलेल्या पायाच्या मागे घ्यावा.

४) चेंडूवर प्रहार करणारा पाय हा खालच्या बाजूस ठेवावा व तो आतील बाजूस वळलेला असावा.

५) आपले मस्तक स्थिर ठेवा व चेंडूवर आपली नजर असावी.

प्रत्यक्ष कृती (Execution)

१) चेंडूवर प्रहार करणाऱ्या पायाचा गुडघा हा चेंडूच्या वरच्या बाजूस असावा.

२) गुडघ्यापासूनचा पाय हा चेंडूवर प्रहार करण्यासाठी झोकात पुढे आणा.

३) आपला पाय हा विस्तारलेला व घट्ट असावा.

४) चेंडूच्या आतील अर्ध्या भागावर आपल्या Instep च्या बाहेरच्या भागाने प्रहारासाठी संपर्क करावा.

आरपार अनुगमन करणे (Follow Through)

१) चेंडूवर प्रहार करताना आपले वजन हे पुढच्या बाजूस आणा.

२) पायाच्या बाहेरील भागाने आतून बाहेरच्या बाजूस प्रहाराची गती असू द्या.

३) पाय हा पुढे झोका घेऊन पाठीमागे आणा.

पायाच्या वरच्या पृष्ठभागाने चेंडू मारून पाठविणे (Instep Pass)

सुरुवातीची स्थिती (Approach)

१) मागच्या बाजूने थोड्या तिरकस दिशेने चेंडूजवळ या.

२) आपला तोल सांभाळणारा पाय गुडघ्यात थोडा वाकवून चेंडूच्या बाजूला ठेवा.

३) आपले खांदे चौरस स्थितीत ठेवून Hips हे ज्या दिशेला चेंडू पाठवायचा आहे त्या दिशेत असावेत.

४) चेंडूला लाथ मारणारा पाय पाठीमागच्या बाजूला विस्तारित करून घट्ट स्थितीचा असावा.
५) चेंडूला लाथ मारणाऱ्या पायाचा गुडघा हा चेंडूच्या वर असावा.
६) आपले दोन्ही हात तोल सांभाळण्यासाठी बाजूला असावेत.

प्रत्यक्ष कृती (Execution)

१) चेंडूवर नजर ठेवून आपले मस्तक स्थिर ठेवावे.
२) चेंडूला लाथ मारताना आपले वजन पुढील भागात आणावे.
३) चेंडूला लाथ मारण्यासाठी योग्य गती घ्यावी.
४) चेंडूला लाथ मारणारा पाय हा विस्तारित स्थितीत व घट्ट असावा.
५) चेंडूच्या मध्यावर आपल्या Instep ने संपर्क साधावा.

आरपार अनुगमन करणे (Follow Through)

१) चेंडूच्या बरोबर पुढील दिशेत गती निर्माण करा.
२) आपल्या शरीराचे वजन, तोल हे चेंडूला लाथ न मारणाऱ्या पायावर असेल.
३) चेंडूला लाथ मारणाऱ्या पायाचा Follow Throw हा कमरेच्या पातळीपर्यंत किंवा त्यापेक्षा जास्त उंचीवर जाईल.

जमिनीलगत घरंगळत आलेला चेंडू आपल्या ताब्यात घेणे. पायाच्या आतील भागाने चेंडू ताब्यात घेणे. (Inside of the Foot Reception or Control)

तयारीची स्थिती (Preparation)

१) चेंडूच्या दिशेने पुढे गती घ्या.

२) ज्या पायाने चेंडू ताब्यात घ्यावयाचा आहे तो पाय पुढे करा.

३) ज्या पायाने चेंडू ताब्यात घ्यावयाचा आहे तो पाय थोडा आडव्या स्थितीत आणावा.

४) आपला घोटा व पाय हे घट्ट स्थितीत असावेत.

५) आपले मस्तक स्थिर व चेंडूवर नजर असावी.

चेंडू स्वीकारण्याची स्थिती (Reception)

१) पायाच्या आतील भागाने आलेल्या चेंडूचा स्वीकार करावा.

२) चेंडूचा व पायाचा संपर्क होताना पाय थोडा मागच्या बाजूस घ्यावा म्हणजे चेंडूला Cushion Impact मिळेल व त्याची गती कमी होईल.

३) आपल्या प्रतिस्पर्ध्यापासून दूर मोकळ्या जागेत चेंडूला ताब्यात घ्या.

आरपार अनुगमन करणे (Follow Through)

१) चेंडूला पुढील चाल करण्याच्या दिशेत थोडे पुढे ढकला.

२) आपले मस्तक हे वर व आपली नजर मैदानावर असावी.

पायाच्या बाहेरच्या भागाने चेंडूचा स्वीकार करणे– (Outside of the Foot Reception or Control)

तयारी कशी असावी (Preparation)

१) चेंडूच्या दिशेने आपण जाणे गरजेचे आहे.

२) आपल्या शरीराची स्थिती ही आडव्या स्वरूपाची व चेंडू आणि प्रतिस्पर्धी यांच्या मध्ये असावी.

३) आपण अर्ध वाकलेल्या स्थितीत असावे व आपला गुरुत्वमध्य हा शरीराच्या खालील भागात असावा.

४) आपल्या पायाच्या बाहेरील भागाने चेंडूचा स्वीकार करावा हे करीत असताना प्रतिस्पर्धी व आपल्यामध्ये अंतर ठेवावे.

५) आपले मस्तक स्थिर ठेवून लक्ष चेंडूवर केंद्रित करावे.

चेंडूचा स्वीकार करणे (Reception of the ball)

१) ज्या पायाच्या बाहेरील भागाने चेंडूचा स्वीकार करावयाचा आहे तो पाय खालील भागात आतील बाजूस कललेला असावा.

२) आपल्या पायाच्या Instep च्या बाहेरील भागाने चेंडूचा स्वीकार करा (Receive).

३) चेंडू व पायाचा समेट होताना स्वीकार करणारा पाय हा अजून थोडा मागे घ्या म्हणजे चेंडूची गती कमी होईल. (चेंडूला Cushioning Impact मिळेल) व चेंडू आपल्या ताब्यात राहील.

४) ताब्यात घेतलेला चेंडू वळवून जेथे जागा आहे अशा ठिकाणी व प्रतिस्पर्ध्यापासून सुरक्षित अंतरावर ठेवावा.

आरपार अनुगमन करणे (Follow Through)

१) आपल्या शरीराची स्थिती आवश्यकतेनुसार प्रतिस्पर्ध्यापासून चेंडूचे रक्षण करण्यासाठी बदलावी.

२) आपले डोके वरच्या स्थितीत ठेवून सर्व मैदानावर आपली नजर ठेवावी.

३) ज्या दिशेत आपणास चेंडू न्यावयाचा त्या दिशेस ढकलावा.

पायाच्या तळव्याने चेंडूचा स्वीकार करणे (Sole of the foot reception or Control)

तयारीची स्थिती (Preparation)

१) चेंडूच्या दिशेने जा.

२) आपले हात शरीराचा तोल सांभाळण्यासाठी बाजूला असावेत.

३) ज्या पायाच्या तळव्याने चेंडूचा स्वीकार करावयाचा आहे तो पाय चेंडूच्या दिशेत पुढे घ्या.

४) चेंडूचा स्वीकार करताना आपला पाय वरच्या दिशेत असावा.

चेंडूचा स्वीकार करणे (Reception)

१) प्रतिस्पर्ध्याच्या बाजूला थोडे झुका.

२) मैदान व पायाचा तळवा यामध्ये चेंडूला दाबून ठेवा.

३) चेंडू व प्रतिस्पर्धी यामध्ये ठरावीक अंतर हे प्रस्थापित करा.

आरपार अनुगमन करणे (Follow Through)

१) चेंडू आपल्या ताब्यात घेतल्यावर तळव्याने तो जमिनीवर रोल करावा.

२) आपल्या प्रतिस्पर्ध्याच्या दबावानुसार आपण पूरक कृती करावी.

३) चेंडूसहित प्रतिस्पर्ध्यापासून दूर जाऊन असलेला दबाव हा कमी करावा (Relieve Pressure).

चेंडू पास करणे अथवा आपल्या संघातील खेळाडूकडे पाठविणे– (Passing)
(Chip Pass) पायाने चेंडू छिलल्यासारखा मारून पाठविणे–

ज्या वेळी प्रतिस्पर्धी संघ एखाद्या खेळाडूस पास करू देत नाही त्याच्यासमोर खेळाडूंची भिंत उभी करतो अथवा पास देणाऱ्या खेळाडूला सर्व बाजूंनी प्रतिस्पर्धी घेरतात अथवा त्यास Block करतात या वेळी खेळाडू Chip Pass द्वारे प्रतिस्पर्धी खेळाडूंच्या वरून चेंडू मारून पलीकडील आपल्या सहकाऱ्याकडे पास करतो व आपल्या चढाईच्या चाली पुन्हा रचू लागतो.

Chip Pass कशा पद्धतीने करावी. Approach चेंडूकडे कशा पद्धतीने जावे.

१) चेंडूच्या पाठीमागून थोड्या तिरक्या स्थितीत चेंडूच्या दिशेत जावे.

२) आपला लाथ न मारणारा पाय चेंडूच्या बाजूला थोडा गुडघ्यात वाकवून ठेवावा.

३) ज्या पायाने लाथ मारावयाची आहे तो पाय घट्ट ठेवून पाठीमागच्या बाजूला घेतलेला असावा.

४) आपले हात तोल सांभाळण्यासाठी बाजूला पसरलेले असावेत.

५) आपले मस्तक स्थिर राखून नजर चेंडूवर ठेवावी.

प्रत्यक्ष कृती (Execution)

१) ज्या पायाने चेंडूला लाथ मारावयाची आहे त्या पायाचा गुडघा चेंडूच्या वर असू द्या.

२) आपले खुबे व खांदे हे ज्या दिशेत चेंडू मारावयाचा आहे त्या दिशेत चौरस स्थितीत ठेवावेत.

३) आपल्या पायाच्या Instep चा पृष्ठभाग चेंडूच्या खालच्या भागावर मारावा.

४) लाथ मारणारा पाय हा घट्ट व विस्तारलेला असावा.

५) लाथ मारण्याचा झोक हा थोडक्यात पण शक्तीशाली असावा.

आरपार अनुगमन करणे (Follow Through)

१) चेंडूवर प्रहार करून पुढील गतीस लाथेद्वारे प्रेरित करावे.

२) लाथ मारताना पाय हा सरळ रेषेत मारावा.

३) चेंडूला लाथेचा असा प्रहार करा की, चेंडू मागच्या बाजूच्या दिशेने फिरत राहील. (Back Spin)

४) आपल्या (Follow Through) चा कमीत कमी उपयोग करा.

आपल्या Instep च्या पृष्ठभागाद्वारे लाथ मारून चेंडू उंचीवरून लांबच्या अंतरावर पाठविणे अथवा पास करणे (Flighted Instep Pass)

Instep द्वारे मैदानावर घरंगळत चेंडू मारून पास करण्यासारखीच ही स्थिती आहे.

सुरुवातीची स्थिती (Approach)

१) थोड्याशा तिरकस दिशेने चेंडूच्या पाठीमागून लाथ मारण्यासाठी (Kick) धाव घ्या.

२) ज्या पायाने लाथ मारावयाची नाही तो पाय चेंडूच्या बाजूला थोडा गुडघ्यात वाकवून ठेवावा.

३) लाथ मारणारा पाय हा पाठीमागे घ्या.

४) लाथ मारणारा पाय हा पाठीमागे विस्तारित असलेला व घट्ट अवस्थेत पाहिजे.

५) हात हे बाजूला तोल सांभाळण्यासाठी असावेत.

६) मस्तक स्थिर ठेवून चेंडूवर आपली नजर ठेवावी.

प्रत्यक्ष कृती (Execution)

१) लाथ मारणाऱ्या पायाचा गुडघा हा किंचित चेंडूच्या मागच्या बाजूस ठेवावा.

२) आपल्या शरीराचे वजन मागच्या बाजूस ठेवून खांदे हे चेंडू मारण्याच्या दिशेत चौकोनी स्थितीत असावेत.

३) चेंडूच्या खालच्या भागात आपल्या पायाच्या Instep ने लाथ (Kick) मारावी.

४) आपला लाथ मारणारा पाय (Kicking Foot) हा कृती पूर्ण होइपर्यंत घट्ट स्थितीत असावा.

आरपार अनुगमन करणे (Follow Through)

१) लाथ मारणारा (Kicking) पाय हा सरळ दिशेत मारावा.

२) आपले वजन लाथ मारताना (Kick) पुढील भागात परावर्तित होईल.

३) हात हे पाठीमागून पुढे येतील, Follow Through ची कृती ही कमरेच्या उंचीपर्यंत पायाची स्थिती नेईल.

हवेतून आलेला चेंडू ताब्यात घेणे (Receiving Flighted Balls)

फुटबॉल खेळात चेंडूवर ताबा मिळविणे, तो लवकरात लवकर व विचारपूर्वक आपल्या सहकाऱ्याकडे पाठविणे (Pass) हे फार आवश्यक असते. हवेत असलेला चेंडू विविध कौशल्यांनी आपल्या ताब्यात घेता येतो.

पायाच्या वरच्या पृष्ठभागाने चेंडूचा स्वीकार करणे (Receiving with the Instep)

तयारीची स्थिती? (Preparation)

१) ज्या ठिकाणी चेंडू ताब्यात घ्यावयाचा आहे त्या जागेत गतीने पोहोचा.

२) ज्या पायाने चेंडू ताब्यात घ्यावयाचा आहे तो पाय सर्वसाधारणत: जमिनीच्या पातळीपासून एक फूट वर उचला.

३) आपला चेंडू ताब्यात घेणारा पाय हा वर उचलून जमिनीला समांतर असा ठेवा.

४) ज्या पायाने चेंडू ताब्यात घ्यावयाचा नाही तो पाय (Supporting Leg) गुडघ्यात थोडा वाकवा.

५) आपले हात आपल्या शरीराच्या बाजूला तोल सावरण्यासाठी पसरलेले ठेवा.

६) आपले मस्तक स्थिर ठेवून चेंडूवर आपली नजर ठेवा.

चेंडू कशा पद्धतीने स्वीकारायचा/ताब्यात घ्यावयाचा (Reception or Control)

१) आपल्या Instep च्या पृष्ठभागावर चेंडूचा संपर्क होऊ द्या (Contact).

२) आपला एक फूट वर उचललेला पाय चेंडूचा Instep च्या पृष्ठभागास संपर्क होताच खालच्या बाजूस वेगाने घ्या.

३) चेंडू अलगद मैदानावर येऊ द्या.

आरपार अनुगमन करणे (Follow Through)

१) चेंडू आपल्या जास्त जवळ व ताब्यात राखला जाईल याची काळजी घ्या.

२) चेंडू नंतर खुल्या मैदानात पायाने ढकला.

३) आपले मस्तक हे वरच्या दिशेत ठेवून संपूर्ण मैदानावर आपली नजर असणे आवश्यक आहे.

आपल्या मांडीच्या साहाय्याने चेंडू ताब्यात घेणे (Receiving with the Thigh)

तयारीची स्थिती (Preparation)

१) हवेतून आलेला चेंडू ताब्यात घेण्यासाठी त्याच्या दिशेने जा.

२) ज्या पायाच्या मांडीने (Thigh) चेंडू ताब्यात घ्यावयाचा आहे तो पाय जमिनीला समांतर असा वर उचला.

३) ज्या पायाने आपण चेंडू ताब्यात घेणार नाही तो पाय गुडघ्यात थोडा वाकवावा.

४) आपले हात शरीराच्या बाजूला तोल सांभाळण्यासाठी ठेवावेत.

५) चेंडूवर लक्ष केंद्रित करा.

६) आपल्या मांडीच्या मध्यावर चेंडूचा स्वीकार करावा.

अशा प्रकारे चेंडू ताब्यात घ्यावा (Reception)

१) आपली मांडी चेंडूचा संपर्क होताच खालच्या बाजूला घ्यावी जेणेकरून चेंडूची गती कमी होण्यास मदत होईल.

२) मांडीवरील चेंडू आपल्या पायाजवळ पाडावा जेणेकरून चेंडू आपल्या ताब्यात राहून पुढील चाल करता येईल.

आरपार अनुगमन करणे (Follow Through)

१) हवेतून येणारा चेंडू प्रतिस्पर्ध्यापासून दूरच्या क्षेत्रात ताब्यात घ्यावा.

२) मैदानाचे पूर्ण दृश्य दिसण्यासाठी आपले मस्तक वर ठेवा.

आपल्या छातीच्या साहाय्याने चेंडूचा स्वीकार करणे–(Receiving with the Chest)

हवेतून येणाऱ्या चेंडूला ताब्यात घेण्यासाठी आपल्या छातीच्या विस्तृत पृष्ठभागाचा उपयोग करून घेता येतो. यासाठी आपण स्वत:ला चेंडू व प्रतिस्पर्धी यांच्या मध्ये ठेवावे.

उंचीवरुन येणाऱ्या चेंडूस छातीच्या साहाय्याने ताब्यात घेणे- (Receiving a Flighted Ball with the Chest)

तयारीची स्थिती (Preparation)

१) हवेतून वरून येणाऱ्या चेंडूस अटकाव करून ताब्यात घेण्यासाठी चेंडूच्या रेषेत आपण स्वत:ला नेले पाहिजे.

२) आपला कंबरेपासून वरचा भाग हा मागच्या बाजूला वाकवून आपली स्थिती कमानीसमान करावी.

३) आपले दोन्ही पाय गुडघ्यात थोडे वाकवून त्यांच्यावर आपल्या शरीराचा भार ठेवावा.

४) आपले हात बाजूला तोल सांभाळण्यासाठी ठेवावेत.

५) आपले मस्तक स्थिर ठेवून आपण चेंडूवर लक्ष केंद्रित करावे.

चेंडूवर ताबा मिळविणे (Reception)

१) छातीच्या वरच्या पृष्ठभागावर चेंडू संपर्कात घेऊन ताब्यात करावा.

२) आपली छाती थोडी मागच्या बाजूला घेऊन चेंडूला Cushioning Effect दिल्यामुळे ताबा त्वरित मिळविता येतो.

३) चेंडूवर ताबा मिळविण्यासाठी योग्य जागा निर्माण करावी व आपल्या प्रतिस्पर्ध्यापासून थोड्या अंतरावर ताबा प्राप्त करावा.

आरपार अनुगमन करणे (Follow Through)

१) आव्हानात्मक प्रतिस्पर्ध्यापासून चेंडू सुरक्षित राखण्यासाठी आपण आवश्यक शारीरिक हालचाली कराव्यात.

२) नंतर आपल्याला ज्या पद्धतीने चाल करावयाची आहे त्या दिशेत चेंडू पुढे ढकलावा.

आपल्या कपाळाच्या साहाय्याने चेंडूचा स्वीकार करणे (Receiving or Controlling with the Forehead)

तयारीची स्थिती (Preparation)

१) हवेतून खाली येणाऱ्या चेंडूच्या दिशेत आपण स्वत: जावे.

२) दोन्ही पायांचे गुडघे थोडे वाकवावेत व शरीराचे संपूर्ण वजन दोन्ही पायांच्या चवड्यांवर एकवटलेले असावे.

३) आपले दोन्ही हात शरीराच्या मागच्या दिशेत असावे.

४) आपला कटाक्ष खाली येणाऱ्या चेंडूवर असावा.

चेंडू ताब्यात घेणे (Reception)

१) चेंडू आपल्या जवळ येण्याच्या काही क्षण अगोदर वरच्या दिशेत उडी मारा.

२) आपले खांदे व खुबे हे चौकोनी स्थितीत व चेंडूच्या दिशेत असावेत.

३) आपले Forehead चेंडू संपर्कात येताना थोडे मागच्या बाजूला घ्यावे व त्यावेळेस आपली हनुवटी खाली दाबलेल्या अवस्थेत असावी.

४) आपले डोळे उघड्या अवस्थेत व तोंड बंद असावे.

५) उडीच्या सर्वोच्च उंचीवर चेंडू व कपाळ यांचा संपर्क (Contact) होऊ द्या.

६) आपल्या Forehead द्वारे चेंडूशी संपर्क साधा.

आरपार अनुगमन करणे (Follow Through)

१) चेंडू व Foreread चा संपर्क होताना डोके थोडे मागच्या बाजूस घ्यावे.

२) Foreread वरील चेंडू मैदानावर पाडा व तो स्वत:च्या ताब्यात ठेवा.

३) पुढील चालीसाठी चेंडू पुढे ढकला.

विविध कौशल्यांचा उपयोग करून हवेतील चेंडूवर प्रभुत्व मिळविणे व प्रभावी खेळ करणे (Dominating the Air Game)

उडी मारून आपल्या कपाळाच्या साहाय्याने चेंडू मारणे (Jump Header)

तयारीची स्थिती (Preparation)

१) आपले खांदे चौकोनी स्थितीत ठेवून येणाऱ्या चेंडूच्या सामोरे जा.

२) दोन्ही पायांचे गुडघे थोडे वाकलेल्या स्थितीत ठेवावेत व आपल्या शरीराचे वजन हे दोन्ही पायांच्या चवड्यांभोवती एकवटलेले असावे.

३) उडी मारण्याच्या तयारीत आपले हात शरीरापासून मागच्या दिशेत घ्यावेत.

४) आपली नजर ही सतत येणाऱ्या चेंडूवर ठेवावी.

प्रत्यक्ष कृती (Execution)

१) उंच उडीसाठी दोन्ही पायांचा Take Off घ्यावा.

२) उंच उडी घेताना आपले हात शरीराच्या मागच्या बाजूने पुढे आणावेत व वर उडी घेण्यासाठी गती निर्माण करावी.

३) चेंडूशी संपर्क करताना आपले कंबरेवरील शरीर कमानीसमान मागच्या बाजूस न्यावे व त्या वेळी आपली हनुवटी ही खालच्या बाजूस दाबलेली असावी.

४) आपली मान ही घट्ट ठेवून कंबरेवरील शरीर हे चेंडूशी संपर्कात येताना ताठर अवस्थेत असावे.

५) आपले कंबरेवरील शरीर चेंडूशी संपर्क करण्यासाठी वेगाने पुढील दिशेत आणावे.

६) चेंडूशी आपल्या Forehead ने संपर्क साधा.

७) आपले डोळे उघडलेले व तोंड हे बंद अवस्थेत असावे.

आरपार अनुगमन करणे (Follow Through)

१) आपले Forehead चेंडूशी संपर्क होतानाच अजून पुढील दिशेत न्यावे.

२) आपले हात हे शरीराच्या दोन्ही बाजूस तोल सांभाळण्यासाठी पसरावेत.

३) हवेतून मैदानावर खाली येताना आपला तोल व्यवस्थित सांभाळा.

हवेत सूर मारून कपाळाच्या साहाय्याने चेंडू मारणे (Dive Header)

आपल्या कंबरेच्या उंचीपर्यंतचा किंवा त्याखालील उंचीचा चेंडू जर हवेतून जमिनीला समांतर असा जात असेल त्या वेळेस खेळाडू हा Dive Header चा उपयोग करू शकतो. Dive Header करताना चेंडूच्या प्रक्षेप वक्राचा, उंचीचा व वेगाचा अंदाज घेऊन कृती करावी लागते.

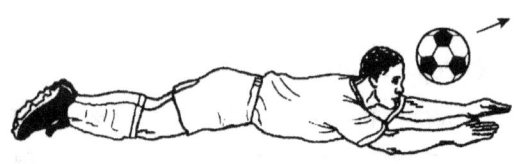

तयारीची स्थिती (Preparation)

१) आपले खांदे चौकोनी स्थितीत ठेवून येणाऱ्या चेंडूची प्रतीक्षा करावी.

२) आपल्या दोन्ही पायांचे गुडघे हे वाकलेल्या अवस्थेत ठेवावेत व शरीराचे वजन हे आपल्या पायांच्या चवड्यांभोवती एकवटलेले असावे.

३) आपले हात शरीराच्या बाजूला व मागे ओढलेले असावेत.

४) आपली नजर व एकाग्रता येणाऱ्या चेंडूवर असावी.

प्रत्यक्ष कृती (Execution)

१) हवेतील चेंडूचा प्रवास खंडित करण्यासाठी दोन्ही पायांवर हवेत आडवी उडी घ्या.

२) आपले शरीर हे मैदानाला समांतर असे ठेवा.

३) आपली मान ताठर ठेवून आपले डोके थोडे मागच्या बाजूस घ्या.

४) आपले हात विस्तारलेले परंतु खालच्या बाजूला ठेवावेत.

५) आपले डोळे उघड्या स्थितीत व आपले तोंड बंद ठेवलेले असावे.

६) आपल्या Forehead (कपाळाचा भाग)ने चेंडूशी संपर्क साधावा.

आरपार अनुगमन करणे (Follow Through)

१) चेंडूला संपर्क झालेल्या स्थितीत आपली गती पुढील दिशेत न्या.

२) खाली पडताना हाताच्या साहाय्याने आपले पडणे सुकर करा.

कपाळाच्या साहाय्याने झटका देऊन चेंडू मारणे (Flicked Header)

मैदानाच्या कोणत्याही क्षेत्रात Flicked Header (डोक्याच्या झटक्याने अथवा प्रहाराने हवेतील चेंडूला मारणे, दिशा देणे)चा वापर करता येतो. हवेतून येणाऱ्या चेंडूचा मार्ग बदलण्यासाठी, गोल करण्यासाठी अथवा आपल्या सहकाऱ्याकडे पाठविण्यासाठी (Pass) Flicked Header चा उपयोग होतो.

तयारीची स्थिती (Preparation)

१) हवेतून येणाऱ्या चेंडूचा मार्ग बदलण्यासाठी त्यांच्या दिशेने जा अथवा चेंडू येणाऱ्या दिशेत वेगाने पोहोचा.

२) आपले डोके थोडे मागच्या बाजूस घ्या व आपली मान ही ताठर अवस्थेत ठेवा.

३) आपले डोळे उघडे ठेवून आपले तोंड हे बंद अवस्थेत ठेवा (कोणतीही इजा होऊ नये म्हणून)

प्रत्यक्ष कृती (Execution)

१) हवेतून आलेल्या चेंडूचा मार्ग खंडित करण्यासाठी अथवा त्याला योग्य दिशेत पाठविण्यासाठी हवेत वर उडी घ्या.

२) आपले हात हे शरीराच्या बाजूला तोल सावरण्यासाठी असतील.

३) चेंडूच्या खालच्या भागाला आपल्या Forehead (कपाळाचा पृष्ठभाग)च्या वरच्या भागाने झटका देऊन चेंडूला दिशा द्यावी.

आरपार अनुगमन करणे (Follow Through)

१) हवेतून येणाऱ्या चेंडूला आपल्या Forehead ने झटका (प्रहार) देऊन योग्य दिशा द्यावी.

२) मैदानावर दोन्ही पायांवर उतरा म्हणजे शरीराचा तोल चांगल्या रीतीने सावरता येईल.

लाथेने चेंडू मारण्याची विविध कौशल्ये (Various Shooting Skills)

गोल करण्यासाठी, लांबची पास देण्यासाठी, कॉर्नर किक, फ्री किक व डायरेक्ट कीक घेण्यासाठी विविध वेगवान किक्सचा फुटबॉलमध्ये उपयोग केला जातो.

Instep Drive तंत्राद्वारे ही किक स्थिर चेंडूला अथवा घरंगळत जाणाऱ्या चेंडूला मारता येते. Full Volley, Half Volley व Side Volley हे तंत्र उडत जाणाऱ्या किंवा टप्पा पडत जाणाऱ्या अथवा हवेतून वरून आलेल्या चेंडूवर वापरता येते. Swerving Shot हा चेंडूच्या उडण्याचा प्रक्षेप वक्र वाकवतो, बदलवतो त्यामुळे हे तंत्र फ्री किक व कॉर्नर किक घेताना उपयोगाचे असते.

पायाच्या वरच्या भागाने चेंडूला जोराचा फटका मारणे (Instep Drive Shot)

तयारीची स्थिती (Preparation)

१) पाठीमागच्याबाजूने व थोडी तिरकस धाव घेणे.

२) पुढच्या बाजूला थोडे वाकून ज्या पायाने किक मारावयाची नाही तो पाय चेंडूच्या बाजूला भक्कम स्थितीत ठेवणे.

३) ज्या पायाने किक मारावयाची नाही तो थोडा वाकलेल्या स्थितीत ठेवा व दोन्ही हात शरीराच्या बाजूला तोल सावरण्यासाठी पसरलेले असावेत.

४) आपला किक करणारा पाय हा मागच्या बाजूला घ्या व पाय हा विस्तारलेल्या स्थितीत असू द्या.

५) आपले मस्तक स्थिर ठेवून नजर ही चेंडूवर असावी.

प्रत्यक्ष कृती (Execution)

१) ज्या पायाने किक करावयाची नाही (Supporting Leg) त्या पायाचा चवडा ज्या दिशेत चेंडू मारावयाचा आहे त्या दिशेत असावा.

२) आपले खांदे व खुबे हे चौकोनी स्थितीत चेंडू मारण्याच्या दिशेत असावेत.

३) किक करणारा पाय हा सरळ रेषेत जोरात खाली आणावा.

४) लाथ मारणारा (Kicking Leg) पाय हा खालच्या दिशेत व चेंडूच्या कर्णरेषेत असावा.

५) Instep ने चेंडूच्या मध्यावर संपर्क साधून किक मारावी.

६) किक मारणारा पाय हा सर्व प्रक्रिया होईपर्यंत घट्ट अवस्थेत ठेवावा.

आरपार अनुगमन करणे (Follow Through)

१) चेंडूला जेथे संपर्क झालेला आहे तेथून पायाची हालचाल पुढच्या दिशेत ठेवावी.

२) आपल्या किक करणाऱ्या पायाची संपूर्ण हालचाल व झोक हा किक करण्याच्या दिशेतच ठेवावा.

चेंडू जमिनीपासून वर असतानाच त्याला पायाने जोराचा फटका मारणे (Full-Volley Shot)

तयारीची स्थिती (Preparation)

१) ज्या ठिकाणी हवेतून चेंडू खाली येणार आहे, त्या दिशेत जा.

२) आपले खांदे चौकोनात ठेवून चेंडूला आपल्या समोर असू द्या.

३) ज्या पायाने किक करणार नाही (Supporting Leg) तो पाय गुडघ्यात थोडा वाकवावा.

४) आपला पाय विस्तारलेल्या स्थितीत ठेवून पाय पाठीमागच्या बाजूला घ्या.

५) आपले हात शरीराच्या बाजूला तोल सावरण्यासाठी असू द्या.

६) आपले मस्तक स्थिर ठेवून नजर चेंडूवर ठेवावी.

प्रत्यक्ष कृती (Execution)

१) आपले खुबे हे चौकोनी स्थितीत लक्ष्याच्या दिशेत (Target) ठेवावे.

२) आपल्या लाथ मारणाऱ्या पायाचा गुडघा हा चेंडूच्या वरच्या बाजूला ठेवा.

३) आपला लाथ मारणारा पाय (Kicking Leg) हा घट्ट अवस्थेत ठेवावा.

४) आपल्या पायाच्या Instep ने चेंडूच्या मध्यावर लाथ मारावी (Kick).

आरपार अनुगमन करणे (Follow Through)

१) लाथ मारणारा पाय शीघ्र गतीने व सरळ दिशेत गेला पाहिजे.

२) आपली लाथ मारण्याची कृती ही पुढील दिशेत जाणारी असावी.

चेंडूचा टप्पा पडल्याबरोबर त्यास पायाने लाथ मारणे (Half Volley Shot)

चेंडूचा टप्पा पडल्याबरोबर त्यास पायाने लाथ (Kick) मारली जाते. यामध्ये चेंडूचा अचूक अंदाज घेणे व जेथे चेंडू जमिनीवर पडणार आहे, तेथे वेळेत पोहोचणे अनिवार्य असते.

तयारीची स्थिती (Preparation)

१) चेंडू कोठे जमिनीवर पडणार आहे, याचा अचूक अंदाज घेऊन त्या जागी पोहोचा.

२) आपला साहाय्यक पाय (Supporing Leg) गुडघ्यात थोडा वाकलेल्या स्थितीत ठेवा.

३) आपला लाथ मारणारा पाय मागच्या बाजूला घ्या; पाय विस्तारलेल्या स्थितीत व घट्ट अवस्थेत ठेवा.

४) आपले हात शरीराचा तोल सांभाळण्यासाठी बाजूला पसरलेले असावेत.

५) आपले मस्तक स्थिर ठेवून चेंडूवर नजर ठेवावी.

प्रत्यक्ष कृती (Execution)

१) आपले खांदे व खुबे हे लक्ष्याच्या (Target) दिशेत असावेत.

२) आपल्या लाथ मारणाऱ्या पायाचा (Kicking Leg) गुडघा चेंडूचा वरच्या बाजूने असावा.

३) आपला लाथ मारणारा पाय शीघ्र गतीने व सरळ रेषेत गेला पाहिजे.

४) लाथ मारणारा पाय विस्तारित स्थितीत व घट्ट असावा.

५) चेंडू जमिनीवर पडताच चेंडूच्या मध्यावर लाथेचा आघात होणे (Strike) आवश्यक आहे.

आरपार अनुगमन करणे (Follow Through)

१) समोरच्या लक्ष्याच्या दिशेत लाथ मारणारा पाय (Kicking Leg) जाईल.

२) जेथे पाय व चेंडूचा संपर्क होईल तेथून गती ही समोरच्या दिशेत असेल.

जमिनीपासून उसळलेल्या चेंडूला हवेतल्या हवेत लाथ मारून त्याची दिशा बदलणे (Side Volley Shot)

साईड व्हॉलीचा उपयोग

ज्या वेळेस एखादा चेंडू आपल्या जवळ टप्पा पडून उसळतो, आपल्या जवळ पडणार असतो अथवा ज्याची हवेतल्या हवेत लाथ मारून दिशा बदलावयाची असते अश्या वेळेस Side Volley Shot चा उपयोग केला जातो.

तयारीची स्थिती (Preparation)

१) येणाऱ्या चेंडूच्या समोर या.

२) ज्या पायाने लाथ मारावयाची आहे तो पाय बाजपला व मैदानाला समांतर असा ठेवा.

३) आपला लाथ मारणारा पाय गुडघ्यात थोडा वाकलेल्या स्थितीत मागे घ्या.

४) तोल सांभाळण्यासाठी आपल्या शरीराचे वजन लाथ न मारणाऱ्या पायावर (Supporting Leg) असू द्या.

५) आपले हात आपल्या शरीराच्या बाजुला तोल सांभाळण्यासाठी ठेवा.

६) आपले डोके हे स्थिर ठेवा.

प्रत्यक्ष कृती (Execution)

१) आपल्या किक न मारणाऱ्या (Supporting Leg) पायावर चेंडूच्या दिशेत अर्धवळण घेऊन फिरा (Rotate a Half Turn).

२) आपला पुढील खांदा हा लक्ष्याच्या (Target) दिशेत असावा.

३) लाथ मारणाऱ्या पायाने सरळ रेषेत पटकन Side Volley Kick मारावी.

४) आपल्या Instep ने चेंडूच्या मध्यावर Side Volley Shot मारावा.

आरपार अनुगमन करणे (Follow Through)

१) आपले शरीर चौकोनी स्थितीत लक्ष्याच्या दिशेत फिरवा.

२) लाथ मारण्याची गती ही थोडी खालच्या बाजूस असावी.

३) लक्ष्याच्या दिशेत (पुढे) आपल्या Side Volley ची गती असावी.

४) नंतर लाथ मारणारा पाय जमिनीवर घ्या.

चेंडूची एकदम दिशा बदलविण्यासाठी त्याला लाथ मारणे (Swerving Shot)

चेंडूची एकदम दिशा बदलविण्यासाठी त्याला लाथ मारणे (Swerving Shot) ह्या लाथेचा उपयोग मुख्यत: कॉर्नर किक अथवा फ्री किक मारतांना होतो. खेळाडूंच्यावरून अथवा थोड्या उंचीवरून ही किक मारता येते. ह्या किकचे वैशिष्ट्य म्हणजे ही किक मारल्यानंतर चेंडू एकदम आपली दिशा बदलतो व खेळाडू, गोलकिपर्स यामुळे फसले जातात.

किकच्या साहाय्याने चेंडूला Spin करून (आभ्रमण करणे) Swerving Shot हा मारला जातो. उजव्या पायाच्या Inside of the Instep ने चेंडूच्या बाहेरच्या

अर्ध्या भागावर लाथ मारली तर चेंडू Spin (आभ्रमण करणे) झाल्यामुळे हवेत उजवीकडून एकदम डावीकडे वळेल.

तसेच डाव्या पायाच्या Inside of the Instep ने चेंडूच्या बाहेरच्या अर्ध्या भागावर लाथ मारली तर चेंडू Spin (आभ्रमण करणे) झाल्यामुळे हवेत डावीकडून एकदम उजवीकडे वळेल व प्रतिस्पर्ध्यांना चकवेल.

तयारीची स्थिती (Preparation)

१) चेंडूच्या मागच्या बाजूने थोड्या तिरकस स्थितीत चेंडूच्या दिशेने लाथ मारण्यास या.

२) आपला साहाय्यक पाय चेंडूच्या बाजूला परंतु किंचित चेंडूच्या मागे असावा.

३) आपला लाथ मारणारा पाय विस्तारलेल्या अवस्थेत मागच्या बाजूला घ्या.

४) आपले हात शरीराच्या बाहेरच्या बाजूला तोल सावरण्यासाठी ठेवा.

५) आपले मस्तक स्थिर ठेवा तसेच नजर चेंडूवर असू द्या.

प्रत्यक्ष कृती (Execution)

१) चेंडूपासून थोडे दूर राहून थोडे मागच्या बाजूला शरीर झुकलेले/कललेले ठेवा.

२) आपल्या Instep च्या आतील भागाने (Inside) अथवा बाहेरील (Outside) भागाने चेंडूच्या मध्याच्या डाव्या अथवा उजव्या भागात लाथ मारा.

३) आपला लाथ मारणारा पाय हा थोडा खालच्या दिशेत व घट्ट अवस्थेत असू द्या.

आरपार अनुगमन करणे (Follow Through)

१) चेंडूला संपर्क केलेल्या जागेवरून आपली गती पुढच्या बाजूला ठेवावी.

२) Outside of the Instep ही लाथ मारताना चेंडूच्या मध्याच्या डाव्या बाजूस आतून बाहेरच्या दिशेने लाथ मारावी.

३) Inside of the Instep ह्या शॉटसाठी चेंडूच्या मध्याच्या बाहेरील भागावर लाथ मारणे योग्य असेल.

४) आरपार अनुगमन (Follow Through) ची गती ही कमरेच्या उंचीपर्यंत अथवा त्यापेक्षा जास्त उंचीची असावी.

५ गोलरक्षण व गोलरक्षकाची कौशल्ये

(Goal Keeping and Skills of Goal Keeper)

गोलरक्षण करणे (Goal Keeping)

गोलरक्षकाला फुटबॉल खेळाडूंप्रमाणे सर्व कौशल्ये अवगत पाहिजेत त्याशिवाय गोलरक्षणासाठी आवश्यक असलेली सर्व कौशल्ये त्याला वापरता आाह तर तो उत्कृष्ट गोलरक्षक होऊ शकतो.

तयारीची स्थिती (Preparation)

१) त्याने गोल लाइनच्या पुढे गोलरक्षणासाठी उभे राहावे.

२) चेंडूची दिशा, वेग, अंतर याचे भान ठेवून त्यानुसार आपले शरीर तयार ठेवावे.

३) आपले डोके स्थिर ठेवून चेंडूवर नजर असावी.

४) आपले खांदे व खुबे हे चेंडूच्या दिशेत चौकोनी स्थितीत ठेवावे.

५) आपल्या कंबरेच्या वरचा भाग ताठर स्वरूपात ठेवावा.

६) आपल्या शरीराचे वजन पुढच्या बाजूला व आपल्या चौड्यांवर ठेवावे.

७) आपले हात हे कंबरेच्या बाजूला ठेवावेत, हाताचे तळवे समोरच्या बाजूला व बोटे वरच्या बाजूला असावीत.

८) चांगल्या समतोलासाठी आपले गुडघे पायात थोडे वाकलेले असावेत.

९) चेंडू आपल्याजवळ येण्यापूर्वी आपले पाय योग्य स्थितीत ठेवणे.

१०) चेंडूच्या स्थिती, गती, गती मार्गानुसार आपली शरीररचना व स्थिती बदलण्यास तयार रहा.

मैदानावर घरंगळत आलेले चेंडू कशा प्रकारे अडवावेत व अशा चेंडूद्वारे गोल होऊ देऊ नये.

उभ्या स्थितीत गोल वाचविणे (Standing Save)

तयारीची स्थिती- (Preparation)

१) गोलरक्षकाने चेंडू व गोल पोस्ट यांच्या मध्ये स्वत:ला आणून सावध स्थिती बाळगावी.

२) चेंडूवर आपले लक्ष केंद्रित करावे.

३) कंबरेतून समोरच्या बाजूला वाकावे.

४) आपले दोन्ही हात खालच्या बाजूला विस्तारित स्थितीत ठेवा.

५) आपल्या हाताचे तळवे पुढच्या बाजूला व थोडे वक्राकार ठेवावेत.

प्रत्यक्ष कृती (Execution)

१) चेंडूला तुमच्या मनगट व अनुबाहुवर (Forearm) घरंगळत येऊ द्या.

२) आपले पाय हे सरळ व ताठर अवस्थेत ठेवा.

३) आपल्या दोन्ही पायांच्यामध्ये जास्त अंतर ठेवू नका.

४) हातांचा व चेंडूचा संपर्क होताना आपले शरीर थोडे मागे घ्या म्हणजे चेंडूची गती कमी होण्यास मदत होईल.

आरपार अनुगमन करणे (Follow Through)

१) आपल्या अनुबाहुंनी (Forearm) चेंडू छातीजवळ घट्ट पकडून ठेवा.

२) चेंडूचा संपूर्ण ताबा मिळविल्यानंतर उभे राहून मैदानावर नजर ठेवा.

३) आपल्या सहकाऱ्याकडे चेंडूचे योग्य वितरण (Distribution) करा.

चेंडू व गोलरेषेच्या मधे येऊन गोल वाचविणे (Tweener Save)

तयारीची स्थिती (Preparation)

१) गोलरक्षकाने आपले खांदे व खुबे हे चौकोनी स्थितीत ठेवावेत.

२) दोन पायांमध्ये खांद्याच्या रुंदी एवढे अंतर ठेवावे.

३) गोलरक्षकाने आपले दोन्ही हात कमरेच्या रेषेत ठेवून आपले तळहात पुढील बाजूस ठेवावेत.

४) गोलरक्षकाने चेंडूवर सतत लक्ष केंद्रित करावे.

प्रत्यक्ष कृती (Execution)

१) आपल्या उभ्यास्थितीत फेरफार करून आपण एका बाजूला कलून चेंडू अडवावयाचा आहे.

२) आपला एक पाय व दुसरा गुडघ्यात वाकलेला पाय हे दोन्ही गोल रेषेला समांतर रेषेत असतील.

३) कमरेतून खाली वाकलेल्या स्थितीत या.

४) आपले खांदे हे चेंडूच्या समोर चौकोनी अवस्थेतून असू द्या.

५) आपले हात समोरच्या बाजूला व हाताची बोटे ही विस्तारलेल्या अवस्थेत असतील.

६) चेंडूला आपले हात, मनगट व अनुबाहुवर घरंगळत येऊ द्या.

आरपार अनुगमन करणे (Follow Through)

१) आपल्या अनुबाहुंच्या साहाय्याने चेंडू छातीवर घट्ट पकडून ठेवा.

२) चेंडू ताब्यात घेतल्यावर पुन्हा स्वत: उभ्या स्थितीत या.

३) ताब्यातील चेंडूचे योग्य त्या ठिकाणी वितरण करा.

गोलरक्षकाने शरीर समोरच्या बाजूला झोकून देऊन गोल वाचविणे (Forward Vault)

गोलरक्षकाने पटकन शरीर समोरच्या बाजूला झोकून देऊन आलेला चेंडू गोलात जाण्यापासून वाचविणे.

तयारीची स्थिती (Preparation)

१) समोरून चेंडू येत असताना गोलरक्षकाने सतर्क रहावे.

२) आपले खांदे व खुबे हे चेंडूच्या दिशेत चौकोनी स्थितीत ठेवणे.

३) गोलरक्षकाने गुडघ्याच्या व कमरेच्या साहाय्याने समोरच्या बाजूस वाकावे.

४) गोलरक्षकाचे लक्ष सतत चेंडूवर असणे आवश्यक आहे.

प्रत्यक्ष कृती (Execution)

१) गोलरक्षकाने येणाऱ्या चेंडूच्या दिशेत शरीर समोरच्या बाजूस मैदानावर झोकून द्यावे.

२) हाताचे तळवे वरच्या बाजूला ठेवून आपले हात चेंडूच्या खाली गोलरक्षकाने घ्यावेत.

३) चेंडूला आपले मनगट व अनुबाहुच्या सहाय्याने ताब्यात घ्या.

आरपार अनुगमन करणे– (Follow Through)

१) गोलरक्षकाने समोरच्या बाजुला शरीर झोकून देत असताना आपल्या अनुबाहुंवर कृतीचा भार आणावा.

२) चेंडूची पकड ही अनुबाहु व छाती यामध्ये करावी.

३) गोलरक्षकाने आपले पाय मागच्या बाजूला ताणलेल्या अवस्थेत ठेवावेत.

४) गोलरक्षकाने चेंडू ताब्यात घेतल्यावर उभे रहावे, मैदान व खेळाडूंचे आकलन करून योग्य ठिकाणी चेंडूचे वितरण करावे.

गोलरक्षकाने मध्यम उंचीचा हवेतून आलेला चेंडू ताब्यात घेऊन गोल वाचविणे (Receiving a Medium High Shot)

तयारीची स्थिती (Preparation)

१) गोलपोस्टच्या दिशेने येणाऱ्या चेंडूच्या रेषेत गोलरक्षकाने यावे.

२) दोन्ही पायात थोडे अंतर ठेवून पायात न वाकता ताठ उभे राहावे.

३) आपले दोन्ही हात खालच्या दिशेने विस्तारित करा व आपले अनुबाहु पायाशी समांतर असू द्या.

४) आपले तळवे समोरच्या बाजूला घेऊन थोडे वक्राकार ठेवावेत ज्यामुळे चेंडू सुरळीतपणे ताब्यात घेता येईल.

५) गोलरक्षकाने आपली नजर सतत चेंडूवर ठेवावी.

प्रत्यक्ष कृती (Execution)

१) आपल्या कंबरेतून समोरच्या दिशेने वाका.

२) आपले गुडघे थोडे वाकलेले असू द्या.

३) चेंडूला आपले हात, मनगट व अनुबाहुंच्या संपर्कात येऊ द्या.

आरपार अनुगमन करणे (Follow Through)

१) चेंडूचा स्वीकार करताना काही इंच पाठीमागे उडी घ्या ज्यामुळे चेंडूची गती Cushning Action ने कमी होईल.

२) चेंडूला आपल्या अनुबाहुंवर (Forearm) घरंगळत येऊ द्या.

३) आपल्या अनुबाहुंवर (Forearm) चेंडूला छातीच्या साहाय्याने घट्ट पकडा.

४) योग्य स्थिती घेऊन खेळाचे पूर्ण आकलन करून चेंडू योग्य ठिकाणी वितरित करा.

छाती व डोक्याच्या उंचीत हवेतून आलेला चेंडू स्वीकारून गोल वाचविणे (Receiving the Chest High or Head High Shot)

तयारीची स्थिती (Preparation)

१) गोलरक्षकाने आपले खांदे व खुबे हे हवेतून येणाऱ्या चेंडूच्या दिशेत चौकोनी स्थितीत ठेवावे.

२) गोलरक्षकाने आपल्या खांद्यांच्या रुंदीएवढे अंतर दोन्ही पायात ठेवावे.

३) आपले हात छातीच्या समोर व हाताचे तळवे समोरच्या दिशेत गोलरक्षकाने ठेवावेत.

४) आपली हाताची बोटे विस्तारलेल्या अवस्थेत ठेवा ज्यामुळे चेंडूला जास्तीत जास्त संरक्षण मिळेल.

५) आपले डोके स्थिर ठेवून गोलरक्षकाने चेंडूच्या प्रत्येक हालचालींवर लक्ष केंद्रित करावे.

प्रत्यक्ष कृती (Execution)

१) गोलरक्षकाने छाती समोरील आपले दोन्ही हात हे 'W' ह्या इंग्रजी अक्षराच्या आकारात ठेवावेत.

२) गोलरक्षकाने आपले हाताचे कोपरे थोडे वाकलेल्या स्थितीत ठेवावेत.

३) चेंडू ज्या दिशेने येत आहे त्याकडे सतत लक्ष ठेवावे.

४) आपल्या हाताने व बोटांच्या साहाय्याने चेंडूचा स्वीकार करा अथवा ताब्यात घ्या.

आरपार अनुगमन करणे (Follow Through)

१) चेंडू हाताच्या संपर्कात येताना हात, बाहू हे पाठीमागे घ्या ज्यामुळे चेंडूचा वेग कमी होऊन चेंडू ताब्यात येईल.

२) चेंडूला छातीसमोर सुरक्षित पकडून ठेवा.

३) खेळाचे आकलन करून चेंडू योग्य ठिकाणी वितरित करा.

जास्त उंचीवरून आलेले चेंडू स्वीकारून गोल वाचविणे (Receiving High Balls and Crosses)

तयारीची स्थिती (Preparation)

१) आपले खांदे चौकोनी स्थितीत ठेवून चेंडूला सामोरे जा.

२) ज्या दिशेने चेंडू हवेतून येत आहे त्या दिशेत गतीने पोहोचा.

३) आपले डोके स्थिर ठेवून चेंडूवर आपली नजर केंद्रित करा.

प्रत्यक्ष कृती (Execution)

१) हवेतील चेंडूला ताब्यात घेण्यासाठी एका पायावर उडी घ्या.

२) आपले दोन्ही हात व पाय हे समन्वयाने वरच्या दिशेत घ्या.

३) गोलरक्षकाने उडी घेतल्यानंतर उडी घेणारा आतील पाय हा सरळ ठेवावा.

४) आपले हात हे इंग्रजी 'W' अक्षरासमान वरच्या चेंडूच्या दिशेत ताणा.

५) आपले डोके, हात व डोळे यांच्या समन्वयाच्या तत्त्वाचा आधार घ्यावा.

६) आपल्या उडीच्या अंतिम उंचीवर चेंडूला आपले तळवे व हाताच्या बोटांच्या साहाय्याने ताब्यात घ्या.

आरपार अनुगमन करणे (Follow Through)

१) चेंडूचा स्वीकार करताना हात व बाहू हे पटकन मागच्या बाजूला घेऊन चेंडूची गती कमी करा.

२) आपल्या छातीसमोर चेंडूची पक्की पकड करून त्याचे रक्षण करा.

३) उंचीवरून मैदानावर व्यवस्थित खाली या, तोल सांभाळा.

४) योग्य निर्णयाने चेंडूचे वितरण करा.

गोलरक्षकाने हवेतून आलेल्या चेंडूस आपल्या दोन्ही हाताच्या मुठीने जोरात ठोसा देऊन गोलपोस्टच्या दिशेतून बाहेर मारणे व गोल वाचवणे (Two Fist Boxing)

तयारीची स्थिती (Preparation)

१) आपले खांदे व खुबे हे चेंडूच्या दिशेने चौकोनी स्थितीत ठेवणे.

२) गोलरक्षकाने हाताच्या मुठी शेजारी शेजारी व मनगट घट्ट स्थितीत ठेवावे.

३) गोलरक्षकाने आपल्या हाताचे कोपरे थोडे वाकवावेत व घट्ट स्थितीत ठेवावेत.

प्रत्यक्ष कृती (Execution)

१) गोलरक्षकाने पूर्ण शक्तीने व शीघ्र गतीने हात विस्तारित करून येणाऱ्या चेंडूच्या दिशेत ठेवावेत.

२) आपले मनगट घट्ट करून दोन्ही हाताच्या मुठी तयारीत ठेवाव्यात.

३) गोलरक्षकाने चेंडूच्या खालच्या भागाच्या मध्यावर मुठींनी प्रहार (ठोसा) करावा.

४) चेंडूशी त्याच्या उंचीच्या अंतिम टप्प्यावर संपर्क साधा.

आरपार अनुगमन करणे (Follow Through)

१) गोलरक्षकाचे आरपार अनुगमन हे चेंडू ज्या दिशेत मुठीच्या साहाय्याने पाठवावयाचा आहे त्या दिशेत असावे.

२) चेंडू अति उंचीवर असतानाच त्याच्यावर मुष्टी प्रहार करा व चेंडू लांबच्या दिशेत व गोल क्षेत्रापासून दूर पाठविण्याचा प्रयत्न करा.

गोलरक्षकाने एक हाताच्या मुठीने ठोसा मारून (प्रहार करून) चेंडू गोल होण्यापासून वाचविणे (One Fist Boxing)

तयारीची स्थिती (Preparation)

१) गोलरक्षकाने चेंडूच्या उंचीचे, गतीचे व फिरकीचे योग्य आकलन करावे.

२) गोलरक्षकाने आपल्या छातीसमोर पक्की मूठ तयार करून सतर्क रहावे.

३) आपले डोके स्थिर ठेवून गोलरक्षकाने आपले लक्ष चेंडूवर केंद्रित करावे.

प्रत्यक्ष कृती (Execution)

१) गोलरक्षकाने चेंडूच्या दिशेत आपली पावले उचलावयास पाहिजेत.

२) गोलरक्षकाने आपल्या एका हाताच्या मुठीने पटकन उडी मारून, बाहुचा विस्तार करून चेंडूला मुठीचा प्रहार करून वेगळ्या दिशेत पाठवावे.

३) कृती करीत असताना गोलरक्षकाने आपल्या हाताची मूठ व मनगट घट्ट ठेवावे.

आरपार अनुगमन करणे (Follow Through)

१) हाताच्या अनुगमनाच्या स्थितीत चेंडूला मुठीच्या प्रहाराने वेगळी दिशा द्यावी व गोल होण्यापासून संघाला वाचवावे.

हवेतून गोलपोस्ट व क्रॉसबारच्या दिशेने येणाऱ्या चेंडूसाठी उडी घेऊन एक हाताच्या तळव्याने त्याला क्रॉसबार बाहेर वेगळी दिशा देऊन पाठविणे व गोल वाचविणे (Palming with one hand)

तयारीची स्थिती (Preparation)

१) गोलरक्षकाने चेंडूच्या उंचीचे व वेगाचे आकलन करावे.

२) चेंडूपासून दूर असलेल्या पायाने एक पाऊल टाकून चेंडूच्या दिशेत यावे.

३) आपले शरीर वळवून गोलकिपरने चेंडूच्या जवळ यावे.

प्रत्यक्ष कृती (Execution)

१) उडी घेऊन आपला हात शरीरापासून वर उंच ताणावा.

२) क्रॉसबारजवळ येणाऱ्या चेंडूला आपल्या हाताच्या तळव्याने क्रॉसबारच्या बाहेर वेगळी दिशा द्या.

३) क्रॉसबार जवळ आलेल्या चेंडूला तळव्याने वेगळी दिशा दिल्यावर त्याच्यावर नजर असू द्या.

आरपार अनुगमन करणे (Follow Through)

१) गोलरक्षकाने हवेत आपले शरीर थोडे वळवावे ज्यामुळे मैदानावर खाली पडताना इजा होणार नाही.

२) खाली जमिनीवर येताना आपला खांदा आतील बाजूस घेऊन त्याच्या साहाय्याने जमिनीवर गडगडत जावे.

गोलरक्षकाने शरीराद्वारे सूर मारून चेंडू ताब्यात घेऊन गोल वाचविणे (Diving to save)

तयारीची स्थिती (Preparation)

१) गोलरक्षकाने चेंडूच्या दिशेचा व वेगाचा अंदाज घेऊन सतर्क राहावे.

२) चेंडूच्या दिशेत एक पाऊल बाजूला घेऊन तयारीत असावे.

प्रत्यक्ष कृती (Execution)

१) गोलरक्षकाने चेंडूकडे सूर मारावा.

२) आपले हात व पाय आपल्या सुराच्या दिशेने पुढे न्यावेत.

३) आपला हात व बाहू हे चेंडूच्या दिशेत विस्तारित करा.

४) सूर मारलेल्या बाजुला आपले हात हे इंग्रजी 'W' अक्षराच्या आकारासमान करावेत.

५) आपल्या बोटांनी व हाताच्या तळव्यांनी चेंडूचा स्वीकार करा अथवा त्यास ताब्यात घ्या.

आरपार अनुगमन करणे (Follow Through)

१) आरपारच्या अनुगमनात पकडलेला चेंडू प्रथम मैदानाला स्पर्श करतो, नंतर आपली हाताची पकड, अनुबाहु, खांदे, खुबे व शेवटी पाय मैदानाला स्पर्श करतात.

२) पकडलेल्या चेंडूसहित पुन्हा उभे रहा; खेळ व मैदानाचा अचूक अंदाज घेऊन चेंडूचे योग्य ठिकाणी वितरण (Distribution) करा.

चेंडू हाताच्या फेकीच्या साहाय्याने घरंगळत आपल्या सहकाऱ्याकडे पाठविणे (Rolling the ball)

तयारीची स्थिती (Preparation)

१) ज्या दिशेत गोलरक्षकास चेंडू पाठवावयाचा आहे त्या दिशेत त्याचे खांदे चौकोनी स्थितीत असावेत.

२) चेंडू हा सुरक्षितरीत्या आपल्या हातात पकडलेला असावा.

३) क्षणार्धात आपण कोठे चेंडू घरंगळत पाठवावयाचा आहे? याचा निर्णय घ्या.

प्रत्यक्ष कृती (Execution)

१) हाताच्या तळव्याद्वारे चेंडूची पकड केलेली असावी.

२) आपला हात चेंडूसहित पाठीमागे घ्या.

३) ज्या दिशेत चेंडू घरंगळत पाठवावयाचा आहे त्या दिशेत फेकणाऱ्या हाताच्या विरोधी पाय पुढे घ्यावा.

आरपार अनुगमन करणे (Follow Through)

१) चेंडू मैदानाला समांतर असा हाताने घरंगळत ठरविले त्या दिशेत फेकावा.

२) आरपारच्या अनुगमनात फेकणाऱ्या हाताचा व शरीराचा झोक हा चेंडू फेकलेल्या दिशेत असावा.

३) चेंडू फेकून झाल्यावर उभे राहून खेळाच्या परिस्थितीवर लक्ष केंद्रित करावे.

बेस बॉल थ्रो केल्याप्रमाणे चेंडू दूर फेकणे (Base Ball Throw)

१) ज्या दिशेत चेंडू फेकावयाचा आहे त्या दिशेस चेहरा करून आपण उभे रहावे.

२) हाताच्या तळव्याद्वारे चेंडूची सुरक्षित पकड असावी.

३) कानाच्या पाठीमागे हातात चेंडू ठेवावा.

४) ज्या हाताने चेंडू फेकावयाचा आहे त्या हाताच्या विरुद्ध बाजूचा पाय एक पाऊल पुढे घ्यावा.

५) बाहू, मनगटाच्या ताकदीने व झटक्याने चेंडू योग्य दिशेला फेकावा.

आरपार अनुगमन करणे (Follow Through)

आरपार अनुगमन हे ज्या दिशेला चेंडू फेकला आहे त्या दिशेत असावे व आपली गती पुढच्या बाजूस असावी.

भाला फेकल्याप्रमाणे चेंडू फेकणे (Javelin Throw)

१) चेंडूची मजबूत पकड ही तळवा, बोटे व मनगटाद्वारे असावी.

२) चेंडू फेकणारा हात हा चेंडूसहित मागच्या बाजूला गती निर्माण करण्याकरिता घ्यावा.

३) विरूद्धबाजूचा हात हा वर व फेकण्याच्या दिशेत असावा.

४) चेंडूला गती निर्माण होण्यासाठी आपल्या कंबरेच्या वरचा भाग मागच्या बाजूला थोडा वाकवावा.

५) चेंडूची पकड ही आपल्या कंबरेच्या पातळीजवळ असावी.

६) फेकणाऱ्या हाताच्या विरूद्धबाजुचा पाय फेकीच्या दिशेत पुढे घ्यावा.

७) फेकणारा बाहू हा आसूड ओढल्याप्रमाणे वरच्या दिशेत अर्धवर्तुळाकार स्थितीत चेंडूफेक करील.

८) आरपारचे अनुगमन हे फेकणाऱ्या हातासहित समोरच्या दिशेत असेल.

गोलरक्षकाने हातातील चेंडू पायाकडे फेकून त्याला वरच्यावर जोरात लाथ मारून (Instep Kick) योग्य दिशेत पाठविणे (Full Volley Punt)

१) आपले डोके स्थिर ठेवून चेंडूवर पूर्णत: लक्ष केंद्रित करावे.

२) ज्या पायाने लाथ मारावयाची नाही तो पाय एक पाऊल पुढे चेंडू पाठविण्याच्या दिशेत घ्या व हातातील चेंडू पायाच्या दिशेने खाली सोडा.

३) ज्या पायाने लाथ मारावयाची आहे तो पाय पुढच्या बाजूला झोक्याप्रमाणे जोरात आणा, चेंडूच्या खालच्या भागावर लाथ मारा (Instep).

४) लाथ मारणारा पाय हा विस्तारित स्थितीत व घट्ट ठेवावा.

५) ज्या दिशेत चेंडू लाथ मारून पाठवावयाचा आहे त्या दिशेत गोलरक्षकाचे खांदे व खुबे चौकोनी स्थितीत असावेत.

६) आरपारचे अनुगमन (Follow Through) हे कंबरेच्या उंचीपर्यंत अथवा वर जाऊ द्यावे.

गोलरक्षकाने चेंडू हाताने खाली टाकून त्याचा टप्पा पडताच त्याला आवश्यक त्या दिशेत Instep याद्वारे पाठवावे (Drop Kick)

१) ज्या दिशेत चेंडू पाठवावयाचा आहे त्या दिशेत आपला चेहरा करा.

२) आपले दोन्ही बाहू चेंडूच्या पकडीसहित लाथ मारणाऱ्या पायाच्यासमोर ठेवावेत.

३) गोलरक्षकाने थोडे खाली वाकावे, चेंडू ज्या दिशेत पाठवावयाचा आहे त्या दिशेत एक पाऊल पुढे टाकावे व हाताने व तळव्याने धरलेला चेंडू खाली पायाच्या दिशेने सोडावा.

४) चेंडूचा मैदानावर टप्पा पडताच चेंडूच्या मध्यावर Instep Kick द्वारे प्रहार करावा (लाथ मारावी).

५) लाथ मारणारा पाय हा वरच्या दिशेत ताणलेला व घट्ट स्थितीत असावा.

६) आपले नितंब व खांदे हे चौकोनी स्थितीत चेंडू पाठविण्याच्या दिशेत असावेत.

७) चेंडूला Instep Kick मारताना चेंडूच्या संपर्कापासून पायाची गती ही समोरच्या बाजूस असावी.

८) आरपार अनुगमन (Follow Through) हे कमरेच्या पातळी पर्यंत अथवा त्याच्या वरपर्यंत असावे.

पारिभाषिक शब्द

Ankle	पायाचा घोटा
Approach	जवळ जाणे
Arc	चाप
Assistant Referee	साहाय्यक पंच
Back	मागे, पाठ
Back Spin	चेंडू मागच्या बाजूच्या दिशेने फिरणे
Ball	चेंडू
Ball Control	चेंडूवरील ताबा
Baseball Throw	बेसबॉल फेकल्याप्रमाणे चेंडू फेकणे
Block	अडविणे, अवरोध करणे
Caution	सावधगिरी
Center Circle	मध्य वर्तुळ
Center Line	मध्यरेषा
Center of the Ball	चेंडूचा मध्यभाग
Center Spot	मध्य जागा
Chest	छाती

Chest Control	छातीद्वारे ताबा मिळविणे
Chest High	छातीच्या उंचीएवढा
Chip Pass	चेंडूला छिलल्याप्रमाणे मारून तो पाठविणे
Close	खेटून
Contact	संपर्क
Cool Down	शरीराचे तापमान मूळ स्थितीत आणणे
Corner	कोपरा
Corner Flag	कोपऱ्यातील झेंडा, निशाण
Corner Kick	कोपऱ्यातून चेंडूला मारलेली लाथ
Crossbar	आडवा बांबू/आडवी फळी
Crosses	ओलांडायला काटकोनी
Crouched	दबा धरून बसणे
Defending Team	रक्षण करणारा संघ/बचावात्मक संघ
Deflect	चेंडूला विक्षेपित करणे
Direct	थेट
Distribution	वितरण
Dive	सूर मारणे
Dive Header	सूर मारून डोक्याने चेंडू मारणे
Diving to Save	सूर मारून गोल वाचविणे
Dribbling	टप्पे मारणे
Drop Kick	टप्पा पडताच चेंडूला लाथ मारणे
Execution	अमल करणे
Extra Time	वाढीव वेळ

Field of Play	खेळण्याचे मैदान
Fist	मूठ
Flag Post	झेंडा निशान (रोवलेला झेंडा)
Flick	झटका देऊन
Flicked Header	झटका देऊन कपाळाने चेंडू मारणे
Flighted	हवेतून आलेला
Follow Through	आरपार अनुगमन
Forearm	अनुबाहु
Forehead	कपाळ
Forward Vault	शरीर समोरच्या बाजूला झोकून देणे
Fouls	दोष
Free Kick	स्वतंत्र स्वरूपाची चेंडूला लाथ मारणे
Full Volley	चेंडूला वरच्यावर जोरात लाथ मारणे
Full Volley Punt	पायाच्या दिशेने चेंडू फेकून तो वरच्यावर जोरात लाथेने मारणे
Goal	ध्येय (Aim)
Goal Keeper	गोल रक्षक
Goal Keeping	गोलरक्षण
Goal Kick	गोल क्षेत्रातून चेंडूला मारलेली लाथ
Goal Line	गोल (उद्दिष्ट) रेषा
Goal-Line Technology	गोलरेषेविषयीचे तंत्रज्ञान
Groin	जांघ
Half Time	मध्यांतर/मध्यांतराची वेळ

Half Volley	चेंडूचा टप्पा पडल्याबरोबर त्याला पायाने लाथ मारणे
Head	डोके
Head High	डोक्याच्या पातळी एवढा उंच
Header	डोक्याने (कपाळाने) चेंडू मारणे
High Balls	उंचीवरून आलेले चेंडू
Hips	नितंब
Indirect	अप्रत्यक्ष
Inside of the Foot	पायाच्या आतील भागाने
Inside of the Instep	पायाच्या वरच्या भागातील आतील भाग
Instep	पायाच्या वरील भागाने लाथ मारणे
Instep	पायाच्या वरचा भाग
Javelin Throw	भाला फेकल्याप्रमाणे चेंडू फेकणे
Jersey	सदरा/टी शर्ट
Kick	चेंडूला लाथ मारणे
Kick Off	चेंडूला लाथ मारून खेळाची सुरुवात करणे
Kicking Foot	लाथ मारणारा पाय
Knee	गुडघा
Medium High	मध्यम उंचीचा
Misconduct	दुराचरण
Neck	मान
Non-kicking Foot	लाथ न मारणारा पाय
Off Side	बंद बाजू/बंद जागा
Offence	उपमर्द

Officials	अधिकृत/अधिकारी
One Fist Boxing	चेंडूला एका हाताच्या मुठीने जोरात ठोसा देणे
Outside of the Foot	पायाच्या बाहेरील बाजूने
Outside of the Instep	पायाच्या वरच्या भागातील बाहेरील भाग
Outside the Instep	पायाच्या वरील भागाच्या बाहेरील भाग
Palm	हाताचा तळवा
Palming with One Hand	एका हाताच्या तळव्याने चेंडू गोलापासून दूर घालविणे
Penalty	दंड
Penalty Arc	दंडक्षेत्रावरील चाप
Penalty Area	दंड क्षेत्र
Penalty Spot	दंड क्षेत्रातील जागा, बिंदू
Penetrate	भेदणे
Poke	ढुसणी देणे
Portable Goal Post	एका जागेवरून
Preparation	तयारी
Push Pass	चेंडूला पायाने ढकलून पुढे पाठविणे
Reception	ग्रहण करणे, ताब्यात घेणे
Red Card	लाल रंगाचा पत्ता
Referee	प्रमुख पंच
Rolling the Ball	चेंडू घरंगळत जमिनीलगत फेकणे
Rotate	आळीपाळीने घेणे/आलटून पालटून घेणे
Screening	आडपडदा करणे/आड येणे
Shielding	परीरक्षण

Shin Guards	नडगीचे रक्षण करणारे
Shirt	सदरा
Shooting Skills	पायाने चेंडूला लाथ मारण्याचे कौशल्य
Shorts	अर्धी चड्डी/आखूड
Shoulders	खांदे
Side	किनारा
Skill	कौशल्य
Slide	घसरत जाणे
Sole	तळवा
Speed	गती
Spin	आभ्रामण करणे
Spin	आभ्रमण करणे
Stance	पवित्रा
Standing Save	उभ्या स्थितीत गोल वाचविणे
Stockings	मोजे
Stop Watch	खंडवेळ घड्याळ
Stoppage	थांबवणे
Stoppage time	थांबविल्यामुळे वाया गेलेला वेळ
Streching Exercises	शरीराला ताण निर्माण करणारे व्यायाम प्रकार
Strike	आघात करणे
Substitute Player	पर्यायी खेळाडू
Sudden Death	अचानक अंत
Supporting Leg	ज्या पायाने लाथ मारावयाची नाही तो पाय

Swerving Shot	चेंडूची एकदम दिशा बदलविण्यासाठी त्याला लाथ मारणे
Tackling	प्राप्त परिस्थितीला तोंड देणे
Take Off	हवेत उडी घेणे
Target	लक्ष्य
Technical Area	तंत्रविषयक क्षेत्र
Tendon	स्नायुबंध
Thigh	मांडी
Thigh Control	मांडीद्वारे ताबा मिळविणे
Throw-In	दोन्ही हाताच्या साहाय्याने डोक्याच्या पाठीमागून चेंडू मैदानात फेकणे
Toes	पायाची बोटे
Touch Line	स्पर्श रेषा (Side Line)
Trajectory	प्रक्षेप वक्र
Tweener Save	चेंडू व गोलरेषेच्या मध्ये येऊन गोल वाचविणे
Two Fist Boxing	चेंडूला दोन्ही हाताच्या मुठीने जोरात ठोसा देणे
Warm Up	शरीर खेळासाठी उपयुक्त उबदार करणे
Whistle	शिट्टी
Yellow Card	पिवळ्या रंगाचा पत्ता

References

1) Gareth Stratton, Thomas Reilly, A. Mark Williams, Dave Richardson, 'Youth Soccer from Science to Performance' 2004, First Publication, USA and Canada by Routledge, 270, Madison Ave, New York NY-10016

2) Greek, F.N.S., Teach Yourself Soccer, 1974, St. Paul's House, Warwick Lane EC4P4A11, London.

3) Jaisingrao Shankarrao Khandekar, Football Tantra Kaushalya, Niyam, Anand Printing Press, Rankala Vesh, Kolhapur

4) Joseph A Luxbacher, Soccer Steps to Success (3rd edition), 2005, Copyright 2005, 1996 by Human Kinetics Inc. GV 943, L87 2005

5) Mike-Ditchfield, Walter Bahr, Coaching Soccer - The Progressive Way, 1988. Prentice-Hall, Inc. Paramus, New Jersey 07652

6) Smith, Mike J, Success in Football, 1978, Fletche and Sons Ltd., Norwich 0719535573, Great Britain.

7) Smith, Mike J, Take up Soccer, 1984, Learnes Press 11, Green Park Extention, New Delhi - 110016

8) Wirhed, Rolf, Training to Win Football, 1992, Wolfe Publishing and Imprint of Mosby, Year book Europe Ltd. Sweden.